மனவளம்
தரும்
குணநலம்

இரா. குழந்தை அருள்

சங்கர் பதிப்பகம்
15/21, டீச்சர்ஸ் கில்டு காலனி,
2வது தெரு, இராஜாஜி நகர் விரிவு,
வில்லிவாக்கம், சென்னை - 600 049
தொலைபேசி : 044 - 2650 2086 / 9444191256
email : shankar_pathippagam@yahoo.com
web : www.shankarpathippagam.com
www.bookthagam.com

மனவளம் தரும் குணநலம் / Manavalam Tharum Kunanalam

இரா. குழந்தைஅருள் / Era. Kulandai Arul

பதிப்பு	:	2022
விலை	:	₹. 145/--
மொத்த பக்கங்கள்	:	144
வெளியிட்டோர்	:	சங்கர் பதிப்பகம், 15/21, டீச்சர்ஸ் கில்டு காலனி, 2வது தெரு, இராஜாஜி நகர் விரிவு வில்லிவாக்கம், சென்னை-600 049 தொலைபேசி : 044 - 2650 2086 / 9444191256
ஒளி அச்சு	:	பாலா கிராஃபிக்ஸ்
முன் அட்டை	:	N. ரமேஷ்
அச்சிட்டோர்	:	எம்.கே.கிராபிக்ஸ், சென்னை - 600 021

இரா. குழந்தை அருள்
தூய நெஞ்ச சகோதரர்கள் இல்லம்
9 வடக்கு மேட்டுத்திடல் சாலை
பாளையங்கோட்டை - 627 002
திருநெல்வேலி மாவட்டம்
கைபேசி:9751846239
மின்னஞ்சல்: kulandaiarul2016@gmail.com
முகநூல்: facebook.com/kulandaiarul

மனவளம் தரும் குணநலம்

மனித வாழ்வை இயக்கும் மகத்தான இயக்குசக்தி மனிதர்களின் மனவளமே. அவரவர் மனவளமே அவரவர் வெற்றியின் திறவுகோல்.

முதலில் எத்தகைய மனப்பாங்கு எனக்கு உதவும் என்பதை அவரவரே தீர்மானிக்க வேண்டும். இயலாத நிலையில் மனநல ஆலோசகர்களின் ஆலோசனையைப் பெறலாம்.

மனிதர்களின் மனப்பாங்கு நேரிடையான செயல் பாட்டிற்கும் காரணமாகிறது. எதிரிடையான செயல் பாட்டிற்கும் காரணமாகிறது. முதலில் என் மனப்பாங்கு எத்தகையது என்பதைக் கண்டறிய வேண்டும்.

எதிரிடை மனப்பாங்கை சரியான மனப்பாங்காக மாற்றிக்கொள்ள முடியும் அல்லது மெருகேற்றிக் கொள்ள முடியும்.

ஒருவரின் நடத்தையைத் தீர்மானிப்பதற்கு உலக நியதிகளைவிட அவரவர் மனப்பாங்கே காரணமாகிறது. எனவே உண்மையைவிடவும் மனப்பாங்கே முக்கியமானது. மனப்பாங்கே மனவளத்தை உறுதிசெய்கிறது. தட்பவெப்பம் என்பது மனித மனங்களுக்கும் உண்டு.

மனம் வெம்மையில் தகிக்கும்போது மனப்பதட்டம், மனச்சோர்வு ஏற்படும். இத்தகைய தருணங்களில் பாதிப்புக்கு உள்ளானவர்கள் மனிதனின் சிறப்புக் கொடையான பகுத்தறியும் திறனையே இழந்துவிடக்கூடும்.

மனம் குளிர்ந்த மனமாக விளங்கினால் அங்கு அமைதி தவழும், ஆனந்தம் பொங்கும். அமைதி தவழும் மனதில் புத்தம் புதிய சிந்தனைகள் சிறகுகள் விரிக்கும்.

அமைதி நிறைந்த மனதை சின்னச்சின்ன அற்ப காரணங்களுக்காக நாம் பலவீனமாக்கிக்கொள்ளும்போது கசப்பான எண்ணங்களும் கவலைகளும் வெறுப்பும் மன அழுத்தமும் உடல்நலப் பாதிப்பும் ஏற்படும்.

மனம் எப்பொழுதும் உங்கள் வசமே உள்ளது. உங்கள் மனம் வெம்மையில் தகிப்பதும் குளிர்ந்திருப்பதும் உங்களைப் பொறுத்ததே. உங்கள் மனதை நீங்கள் கையாளப் பழகிக் கொள்ளுங்கள்; நீங்கள்தான் மனவளம் உள்ள மனிதர்..

இந்த உலகில் சிக்கல்கள் என்று எவையும் நிரந்தரமாக இல்லை. ஏனென்றால் நீங்கள் சிக்கலாகக் கருதும் ஒவ்வொன்றுக்குள்ளும் அதன் தீர்வுக்கான விதையும் ஒளிந்தே இருக்கிறது.

உங்கள் மனதைக் கூர்தீட்டிக் கொள்ளுங்கள்; மனவளம் உள்ளவராய் விளங்குவீர்கள்.

மனவளம் உங்கள் பதற்றத்தைத் தணிக்கும்.

தன்னம்பிக்கையில் உங்களை விண்ணளவு உயர்த்தும்.

உங்கள் அச்சங்களை அறவே அகற்றிவிடும்.

உங்கள் ஒவ்வொரு சிக்கலையும் அறிந்து அவற்றைச் சுக்குநூறாக உடைத்து அவற்றிலிருந்து நீங்கள் வெற்றிகொள்ள உதவும்.

ஒருவர் தனது திறனை வெளிக்கொணர்கிறார் என்றால் அதற்குக் காரணம் அவரின் மனவளம் 85% என்றும் உழைப்பு 15% என்றும் அறிஞர்கள் கூறுகிறார்கள்.

ஒரு நிர்வாகியோ, ஒரு தந்தையோ, ஒரு தாயோ, ஓர் ஆசிரியரோ, ஒரு மாணவரோ யாராக இருந்தாலும் மனவளம்

உள்ளவராக விளங்குவதற்கு அவரவரின் மனப்பாங்கே காரணம். எனவே மனித வாழ்வில் வெற்றியின் அஸ்திவாரம் அவரவரின் மனப்பாங்குதான் என்பது உறுதி.

நேர்மறைச் சிந்தனையாளருக்கு எப்பொழுதும் அவரின் மனப்பாங்கு வெற்றிக்கான படிக்கல்லாகவே அமைகிறது. எதிர்மறைச் சிந்தனையாளருக்கு அவரின் மனப்பாங்கு முட்டுக் கட்டையாகவே அமைகிறது.

ஒருவரின் மனப்பாங்கு பெரும்பகுதி குழந்தை நிலையிலிருந்து வளரும் பருவத்திலேயே உருவாகிறது. சூழல், அனுபவம், கல்வி போன்ற காரணிகளால் மனப்பாங்கு மனவளமாக உறுதிபெறுகிறது. இத்தகைய மனவளத்தைத் தொடர்ந்து பேணுவது மிகமிக முக்கியமாகும்.

நீங்கள் மனவளம் உள்ளவர் என்பது, ஒருவர் உடல் நலம் சீர்கெடாமல் இருப்பது எப்படி அவர் ஆரோக்கியமானவர் என்பதை உறுதிசெய்கிறதோ அதுபோலவே, நீங்கள் எதிர்மறை எண்ணங்கள் இல்லாதவராய் இருப்பவர் என்றால் நீங்கள் நல்ல மனவளமுள்ள மனிதர் என்பதும் உறுதியாகிறது.

நீங்கள் நல்ல மனவளம் உள்ளவராக இருப்பதற் கும் வாழ்வெல்லாம் இந்த நன்நிலை தொடர்வதற்கும் தேவை அதற்கான விருப்பம் மட்டுமே.

நல்ல மனவளம் உள்ளவர்கள் எது அவசியமோ அதைச் செய்யத் தொடங்குவார்கள். பிறகு எது தன்னால் இயலுமோ அதைச் செய்வார்கள். ஒரு கட்டத்தில் தன்னால் இயலாததையும் செய்து கொண்டிருப்பார்கள்.

இதுதான் மனவளம் தரும் வெற்றி. மனவளம் வாழ்வில் தரும் வெற்றிகளையே இந்நூலில் முழுவதும் உங்களால் காணமுடியும்.

மனித வாழ்வில் மன அமைதியையும் மன மகிழ்ச்சியையும் தோற்றுவிப்பதும் அதை வளர்த்தெடுப்பதும் நம் மனவளமே.

மனவளம் தந்திடுமே நல்ல நல்ல குணநலம்.

உள்ளே

ஒன்று

செதுக்கப்படும் மனம்

மன வளம் என்பதை மனதின் முதிர்ச்சி எனலாம்.

மனதின் வலிமை எனலாம்.

மனதின் நிம்மதி எனலாம்.

மனதின் மகிழ்ச்சி எனலாம்.

மனதின் வளர்ச்சி எனலாம்.

மனதின் எழுச்சி எனலாம்.

மனதின் பசுமை எனலாம்.

மனதின் திறன் எனலாம்.

இப்படி மன வளம் என்பதற்கு அர்த்தங்கள் ஏராளம். ஆனால் இவை அனைத்தும் இணைந்ததுதான் மன வளம் என்பதே உண்மை.

'எல்லா வலிமையும் உனக்குள் இருக்கிறது. உன்னால் எதையும் சாதிக்க முடியும், நீ தூய்மை மற்றும் வலிமை உள்ளவனாக இருந்தால்' என்கிறார் விவேகானந்தர்.

மன வலிமையுடன் திகழ வேண்டுமென்றால் மனம் தூய்மையாக இருத்தல் மிக அவசியம் என்பதுதான் இதன் சுருக்கம்.

'நீ ஒருவனே உலகில் உள்ள அனைவருக்கும் சமமானவன் ஆவாய். உயிரே போனாலும் நேர்மையுடன் இரு' என்றும் அவர் உபதேசிக்கிறார்.

அதாவது நேர்மை, தூய்மை, சத்தியம், உண்மை போன்ற அனைத்தும் மன வளத்தின் முக்கிய அம்சங்கள் என்பதே உண்மை.

இந்த அடிப்படை உண்மையைக் கச்சிதமாகக் கடைப்பிடித்த ஒருவர் உண்டு.

அவர்தான் 'மகாத்மா காந்தி.'

'நோக்கம் மட்டும் தூய்மையானதாக இருந்தால் இறுதியில் எப்படியும் கடவுள் அவனைக் காத்தருளுவார் என்பதை எத்தனையோ உதாரணங்கள் எனக்கு எடுத்துக் காட்டியுள்ளன' என்கிறார் காந்தியடிகள்.

'மனிதனின் உடலில் மாறுதலை உண்டாக்குவதற்கு அவன் மனத்திற்கு அபார சக்தி இருக்கிறது' என்றும் அவர் கூறுகிறார்.

அதாவது மனம் வளமாக இருந்தால் அவன் உடலும் வளமாக இருக்கும் என்பதுதான் இதன் அர்த்தம்.

ஒருமுறை காந்தியடிகள் தொடக்கப் பள்ளியில் பயின்றபோது அதிகாரி ஒருவர் சோதனைக்காக வந்திருந்தார். இவரது வகுப்புக்கு வந்த அந்த அதிகாரி சில சொற்களைக் கூறி அத்தனை மாணவர் களையும் சரியாக அதனை எழுதிக் காண்பிக்கச் சொன்னார்.

அப்போது காந்தி ஒரு வார்த்தையைத் தவறாக எழுதினார். இதைப் பார்த்துவிட்ட ஆசிரியர் அவரின் காலை மிதித்துப் பக்கத்து மாணவனைப் பார்த்து சரியாக எழுதுமாறு சைகை காட்டினார்.

ஆசிரியரே பக்கத்து மாணவனைப் பார்த்து எழுதச் சொன்னா லும் அது தவறான செயல் என்பதால் அவ்வாறு செய்ய மறுத்து விட்டார் காந்தி.

மாணவப் பருவத்திலேயே அண்ணல் காட்டிய நேர்மை வியப்பு தரும் உண்மை நிகழ்வு.

ஒழுக்கம், உண்மை என்பது மன வளத்தின் மற்றொரு வடிவம். அப்படிப்பட்ட மன வளத்தை சிறுவயது முதலே அவர் கொண்டிருந்தார் என்பது எத்தகைய பெருமைக்குரியது!

ஒருமுறை நன்கொடையாக 50 சவரன் தங்க நகைகள் கொடுக்கப்பட்டன. என்னதான் உத்தமர் காந்தியின் மனைவியாக இருந்தாலும் கஸ்தூரிபாயும் பெண்தானே! அவருக்கும் தங்க நகைகளை அணிய வேண்டும் என்ற ஆசை ஏற்படுவது இயல்பு அல்லவா!

எனவே நன்கொடையாகக் கிடைத்த நகைகளை எடுத்து அணிந்து கொண்டார். ஆனால் காந்தியடிகளுக்கு அது பிடிக்கவில்லை. நன்கொடையாகக் கிடைத்ததைச் சொந்தத் தேவைக்கு எடுத்துக் கொள்வது மிகத் தவறு என்றும், எப்போதும் உண்மையாகவும் நேர்மையாகவும் இருக்க வேண்டும் என்றும் விளக்கிக் கூறி அந்த நகைகளை கஸ்தூரிபாயிடம் இருந்து திரும்பப் பெற்றுக்கொண்டார்.

இதுபோன்ற மன வளம் பொருந்தியவராக வாழ்ந்த ஒரே காரணத்தால்தான் இன்றளவும் அனைவராலும் போற்றிப் புகழப் படுகிறார் காந்தி மகான்.

காந்தியடிகள் இப்படி என்றால் நம்மூர் முண்டாசுக் கவிஞர் பாரதியாரும் அதேபோன்ற வழிமுறையைப் பின்பற்றி ஒழுக்க சீலராக வாழ்ந்தார்.

பட்டினி கிடக்க வேண்டிய அளவிற்கு வறுமைச் சூழலில் சிக்கித் தவித்த நிலையிலும் மற்றவர்களை மகிழ்வித்து மனநிறைவு கொண்டார் பாரதியார்.

மனிதர்களுக்கு மட்டுமல்லாமல் மற்ற அனைத்து உயிர்களையும் ஒரே மாதிரி நினைத்தார் அந்த மகாகவி. ஒருநாள் வீட்டில் ஒரு அரிசிகூட இல்லாத அளவிற்கு ஏழ்மை ஆட்டிப் படைத்தது.

நல்ல பசி. சாப்பிட்டே ஆக வேண்டும். அதுவும் கணவனுக்கு சமைத்து வாய்க்கு ருசியாக சாப்பாடு போடுவது மனைவியின் கடமை என்று நினைக்கும் புனிதப் பெண் பாரதியாரின் துணைவி செல்லம்மாள்.

பக்கத்து வீட்டில் அரிசி கடன் வாங்கி வந்தார். ஆனால் மகாகவிஞர் அந்த அரிசியை காக்கைக்கும், குருவிக்கும் அள்ளி வீசி அவை வயிறார உண்பதைப் பார்த்து மகிழ்ந்து கொண்டாடினார்.

'காக்கைக் குருவி எங்கள் ஜாதி' என்று பாடியவர் அல்லவா அந்த முண்டாசுக் கவி!

ஒருசமயம் அவரது நண்பர் ஒருவர் பட்டாடை ஒன்றை பாரதிக்குப் பரிசாக அளித்தார். அதனைக் கம்பீராகப் போர்த்திக் கொண்டு நடந்தவர், வழியில் கடுங்குளிரில் மேலாடை இல்லாமல் நடுங்கிக் கொண்டிருந்த ஏழை ஒருவரைப் பார்த்தார்.

உடனே அந்தப் பட்டாடையை எடுத்து அந்த ஏழைக்கு போர்த்தி மகிழ்ந்தார். தனது மோசமான வறுமையிலும் இப்படி மற்றவர்களை சந்தோஷப்படுத்திப் பார்த்தார் பாரதியார்.

'எத்தனை கோடி இன்பம் தந்தாய்' என்று பாடியவர் அல்லவா!

அதேபோல மாமனிதர், மக்கள் ஜனாதிபதி என்று அன்போடு அழைக்கப்பட்ட அப்துல்கலாமின் மன வளம் பற்றிச் சொல்வதற்கு வார்த்தைகளே கிடையாது.

பாரதக் குடியரசுத் தலைவராக அந்தப் பதவிக்கே பெருமை சேர்த்தவர் அவர். நாட்டின் முதல் குடிமகன் என்ற பெருமை கொண்ட அந்தப் பதவியை அடைந்தவர்களுக்கு அதுதான் உச்ச கட்ட மகிழ்ச்சியைத் தருவதாக அமையும்.

ஆனால் அப்துல் கலாம் வித்தியாசமானவர்.

'உங்களின் மகிழ்ச்சியான தருணம் எது?' என்று ஒருமுறை அவரிடம் கேட்கப்பட்டது.

அதற்கு அவர், 'நாட்டின் குடியரசுத் தலைவராகப் பதவியேற்ற தருணம்' என்று சொல்லவில்லை. மாறாக, 'போலியோ நோயால் பாதிக்கப்பட்ட மாற்றுத் திறனாளிக் குழந்தைகளுக்கு எடை குறைவான செயற்கைக்கால் செய்து கொடுத்து, அதனைப் பயன்படுத்தி அவர்கள் எளிதாக நடந்து சென்ற அந்தத் தருணம் தான் எனது மகிழ்ச்சியான தருணம்' என்றார்.

என்னவொரு பண்பு!

மனதளவில் பக்குவம் பெற்ற ஒருவரால்தான் இப்படிப் பதிலளிக்க முடியும்.

அவமானம் என்பது மனிதனாகப் பிறந்த ஒவ்வொரு மனிதனுக்கும் சக மனிதனால் ஏற்படக்கூடியதுதான். ஆனால் அவ்வாறு அவமானப்படுத்தப் படுகிறபோது கோபப்படாமல், வார்த்தைகளை அவசரகோலத்தில் அள்ளித் தெளித்ததுபோலக் கொட்டிவிடாமல், நிதானத்தைக் கடைப்பிடித்துச் செயல்பட வேண்டும்.

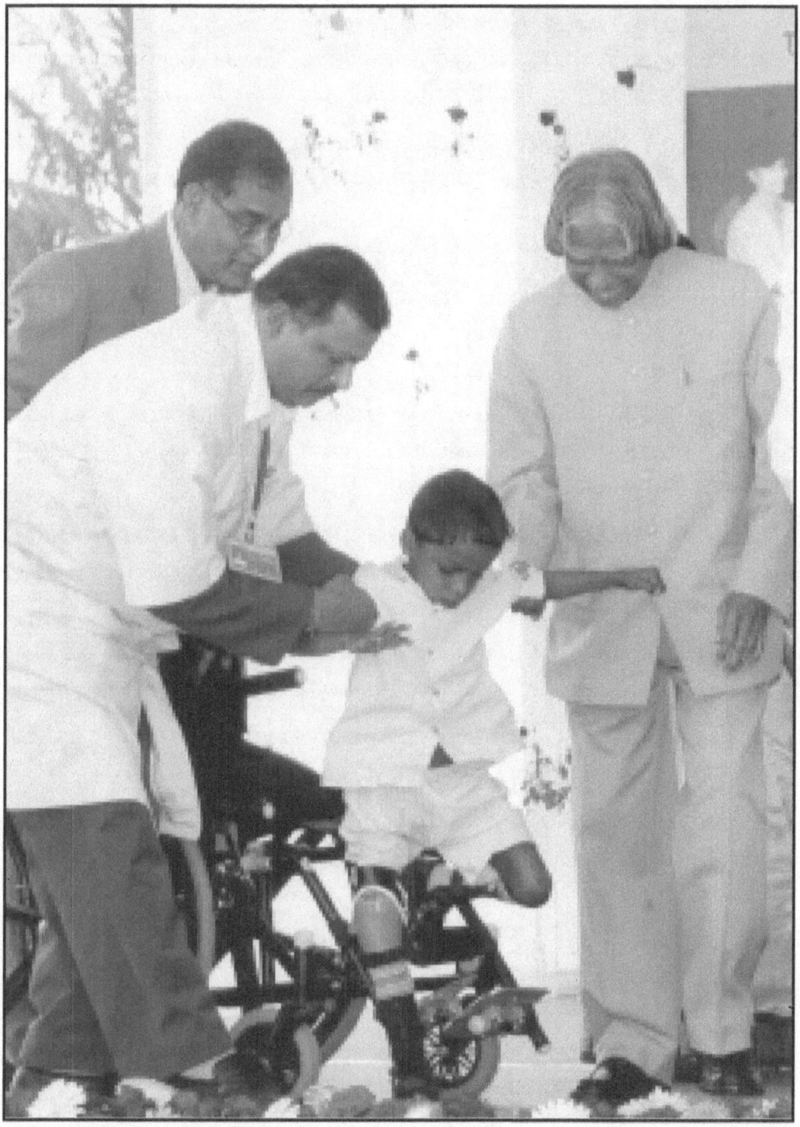

இவ்வாறு செயல்படுவதற்கு மன வலிமை அதிகமாக இருக்க வேண்டும். அந்த மன வலிமையைத்தான் மன வளம் என்கிறோம்.

உனக்கும் கீழே உள்ளவர் கோடி
நினைத்துப் பார்த்து நிம்மதி நாடு

கவியரசு கண்ணதாசனின் பாடல் வரிகள் இவை. இந்தப் பாடல் வரிகள்தான் கவிஞர் வாலியை வெற்றிக்கு அழைத்துச் சென்றது என்பது நம்மில் எத்தனை பேருக்குத் தெரியும்?

கவிஞர் வாலி திரைப்படங்களில் பாடல்கள் எழுதுவதற்காகப் பல முயற்சிகளை எடுத்தார். ஆனால் எதுவும் வெற்றியாக அமைய வில்லை.

இனிமேல் இது தனக்குப் பயனளிக்காது என்று சொந்த ஊரான ஸ்ரீரங்கத்திற்கே திரும்பிச் சென்றுவிடலாம் என்று முடிவெடுத்தபோது, அவர் காதில் 'மயக்கமா, கலக்கமா..' என்ற கவியரசரின் பாடல் விழுந்தது.

அதிலும் மேலே சொன்ன 'உனக்கும் கீழே' என்ற வரிகள் அவர் மனதில் மிகப் பெரிய மாற்றத்தை ஏற்படுத்தியது. தன்னம்பிக்கையைக் கொடுத்தது.

தனது முடிவை மாற்றிக் கொண்டார் கவிஞர் வாலி. மீண்டும் விடாமல் தொடர்ந்து முயற்சித்துக் கொண்டே இருப்பது என்று உறுதியெடுத்தார்.

மன வலிமையைப் பெற்றுவிட்டால் எதையும் சாதிக்க முடியும். மிகப் பெரிய முன்னேற்றத்தையும் அடைய முடியும்.

உலகின் மிகப் பெரிய விஞ்ஞானியான தாமஸ் ஆல்வா எடிசன் பல கண்டுபிடிப்புகளை நிகழ்த்தியவர்.

ஒருமுறை மின்சார பல்பை முதன்முதலாகக் கண்டுபிடித்த எடிசன், அதனைத் தனது சக விஞ்ஞானிகள் மற்றும் நண்பர் களிடம் ஒளிர வைத்துக் காண்பிக்க நினைத்தார்.

அதற்கான ஏற்பாடு அவரது ஆய்வகத்தின் மேல் தளத்திலேயே நடந்தது.

தனது உதவியாளரை அழைத்து மின்சார பல்பை மேல் தளத்திற்கு எடுத்து வருமாறு கூறினார். அவரும் அப்படியே அதனை எடுத்துக் கொண்டு மேல் தளத்திற்கு வந்தபோது எப்படியோ கை தவறி கீழே விழுந்து பல்ப் உடைந்துவிட்டது.

அங்கிருந்த அனைவருமே அதிர்ந்து போய்விட்டனர்.

உதவியாளரும் பதற்றம் அடைந்தார். பயந்து நடுங்கினார்.

ஆனால் எடிசன் மட்டும் மிகவும் அமைதியாகவே காணப் பட்டார். நூலிழை அளவுகூடக் கோபம் அவருக்கு வரவில்லை.

மிகக் குறுகிய நேரத்தில் மீண்டும் ஒரு பல்பை உருவாக்கினார் எடிசன். அத்துடன் அந்த பல்பை அதே உதவியாளரையே மீண்டும் எடுத்து வருமாறு கூறினார்.

இந்தச் செயல் அங்கிருந்தோரை ஆச்சரியப்படுத்தியது. அவர்கள் எடிசனிடம், 'ஏற்கெனவே பல்பைக் கீழேபோட்டு உடைத்தவரிடமே மீண்டும் அதே வேலையைக் கொடுக்கிறீர்களே?' என்று கிண்டலாகக் கேட்டனர்.

'பல்பு உடைந்தால் திரும்பவும் அதை உருவாக்க முடியும். ஆனால் என் உதவியாளரின் மனதைக் காயப்படுத்திவிட்டால் அதை என்னால் எப்படி சரிசெய்ய முடியும்? அதனால்தான் திரும்பவும் அவரிடமே அந்தப் பணியைக் கொடுத்தேன்' என்றார் எடிசன்.

பொறுமையும், மனப்பக்குவமும் இல்லையென்றால் இப்படி எடிசனால் நடந்து கொண்டிருக்க முடியுமா?

1914ஆம் ஆண்டு தாமஸ் ஆல்வா எடிசனின் ஆய்வுக்கூடம் திடீரென்று எதிர்பாராதவிதமாகத் தீப்பிடித்து எரிந்து சாம்பலாகிப் போனது.

இந்த ஆய்வுக்கூடம் அவரின் உயிர் போன்றது. தனது வாழ் நாள் முழுவதும் நடத்திய ஆய்வுகளும், அதன் முடிவுகளும், உபகரணங்களும் நொடிப் பொழுதில் எரிந்து போயிற்று. கடின உழைப்பும், கணிசமான பண இழப்பும் ஏற்பட்டது.

அப்போது எடிசன் ஒன்றும் இளைஞர் கிடையாது. 67 வயதான முதியவர்.

'இந்த இழப்பை எடிசனால் தாங்கவே முடியாது. அவரது வாழ்க்கையே தகர்ந்து போனது' என்று பலரும் சொன்னார்கள்.

ஆனால் எடிசன் தன் மனைவியிடம் இதைப்பற்றி என்ன சொன்னார் தெரியுமா?

'இழப்புகளுக்கு எப்போதும் விலை உண்டு. நம்முடைய தோல்விகள் மற்றும் தவறுகள் அனைத்துமே இதோடு எரிந்து சாம்பலாகிவிட்டது. இனி நாம் புதிதாக வாழ்க்கையைத் தொடங்கலாம்' என்றார் வெகு அமைதியாக.

மறுபடியும் ஆரம்பத்தில் இருந்து தனது ஆய்வைத் தொடங்குவதற்காக ஆய்வுக் கூடத்தை மீண்டும் நிறுவினார்.

மண் வளம் இருந்தால் பயிர் வளம் இருக்கும்.

கல்வி வளம் இருந்தால் பணி வளம் கிடைக்கும்.

மன வளம் இருந்தால் மகிழ்வு வளம் கிடைக்கும்.

எனவே மன வளம் என்பது ஒவ்வொரு மனிதனுக்கும் மிக மிக அத்தியாவசியம்.

'நிம்மதியாக வாழ்வதற்கு வழி சொல்லுங்கள் குருவே' என்று சீடர் ஒருவர் குருவிடம் கேட்டார்.

அதற்கு குருநாதர், 'நான் சிந்திக்கும்போது மட்டுமே சிந்திக்கிறேன். பேசும்போது மட்டுமே பேசுகிறேன். உண்ணும்போதுதான் உண்கிறேன். உறங்கும்போது உறங்குகிறேன். இவற்றை எந்தப் பிசகும் இல்லாமல் ஒழுங்காகக் கடைப்பிடித்து வருகிறேன். எனவே நான் நிம்மதியாக வாழ்கிறேன்" என்றார்.

இந்த பதில் சீடருக்கு சற்றுக் குழப்பமாக இருந்தது. 'நானும் அப்படித்தானே செய்கிறேன். ஆனால் நான் மட்டும் நிம்மதியாக இல்லையே ஏன்?' என்று கேட்டார்.

அதற்கு குருநாதர் கூறினார்: 'நீ உண்கிறபோதும் ஏதாவது சிந்திக்கிறாய். உறங்கும்போதும் ஏதாவது சிந்திக்கிறாய். அதனால் நிம்மதியை இழக்கிறாய். எந்தவொரு செயலையும் ஈடுபாட்டோடு ஒருமுகமாக செய்தால் நிம்மதி நிச்சயம் கிடைக்கும்' என்றார்.

ஆக மனம் முதிர்ச்சி நிலையை அடைய வேண்டும். அது நிதானத்தைக் கடைப்பிடிக்க வேண்டும். அது ஒருமித்த நிலையில் இயங்க வேண்டும். 'மனம் ஒரு குரங்கு' என்ற பழமொழிக்கேற்ப அங்குமிங்கும் தாவி ஓடக்கூடாது. எந்த வேலையைச் செய்ய வேண்டுமோ அதில் மட்டுமே கவனம் செலுத்த வேண்டும்.

மனம் வளமாக இருந்தால் மட்டுமே வாழ்வு நலமாக இருக்கும். உடல் நலமும் சிறப்பாக இருக்கும்.

நட்பு பெருகும்.

அன்பு சுரக்கும்.

மகிழ்வு தளும்பும்.

இரண்டு

பிரச்சனைக்குத் தீர்வு

தனி மனித ஒழுக்கம் என்பது மிக மிக முக்கியம். அதில் தவறு நேருகிறபோது ஒரு சமூக அமைப்பே தள்ளாடிப் போய் விடுகிறது.

ஒரு சமூகம் என்றால் அது மொழி சார்ந்து இருக்கலாம். இனம் சார்ந்து இருக்கலாம். மதம் சார்ந்து இருக்கலாம். கிராமம் சார்ந்து இருக்கலாம். நகரம் சார்ந்து இருக்கலாம். மாவட்டம் சார்ந்து இருக்கலாம். மாநிலம் சார்ந்து இருக்கலாம். நாடு சார்ந்து இருக்கலாம்.

இப்படி எது சார்ந்தும் இருக்கலாம்.

அதாவது ஒரே மொழியைப் பேசுபவர்கள் மத்தியில் பேச்சு வழக்கில் பரப்பப்படும் ஒழுக்கக் கேடுகள் அந்த மொழி சார்ந்த சமூக மக்கள் அனைவரையுமே ‘பச்சக்’ என்று ஒட்டிக்கொள்ளும்.

பிற மொழி பேசுபவர்களுக்கு இதன் அர்த்தம் புரியாத காரணத்தால் அவர்கள் இந்த ஒழுக்கக் கேட்டைப் பற்றித் தெரிந்து கொள்ள முடியாமல் போகிறது.

இதேபோல்தான் இனம், மதம், நாடு என்று இந்த ஒழுக்கக் கேடு வேகமாகப் பரவி சீரழித்து விடுகிறது.

ஒழுக்கக்கேடு என்றால் கொலை செய்வதாக இருக்கலாம். கொள்ளை அடிப்பதாக இருக்கலாம். திமிர்த்தனம் காட்டுவதாக இருக்கலாம். ஆணவத்தோடு அலைவதாக இருக்கலாம். பொய் சொல்வதாகக் கூட இருக்கலாம்.

நம் முன்னோர்கள் வகுத்து வைத்துள்ள சில நல்ல நடைமுறை வாழ்க்கையை உடைத்தெறிவதுகூட ஒழுக்கக்கேடு என்று சொல்லலாம்.

தனி மனிதனின் அமைதியானது ஒரு குடும்பத்தின் அமைதியாக மாறுகிறது.

ஒரு குடும்பத்தின் அமைதி ஒரு இனத்தின் அமைதியாகிறது.

ஒரு இனத்தின் அமைதி ஒரு நாட்டின் அமைதியாக மாறுகிறது.

ஒரு நாட்டின் அமைதி உலக அமைதியாக உயர்ந்தோங்கு கிறது.

மனித வாழ்வானது மூன்று கோணங்களில் இணைந்து செயல் படுவதில் இருந்துதான் துவங்குகிறது. அதில்தான் நடைபோடுகிறது. அதாவது,

1. இயற்கை விதி
2. சமூக அமைப்பு
3. இன்ப துன்ப உணர்ச்சிகள்

இந்த மூன்று துறைகளைப் பற்றிய தெளிவு மிக அவசியம். அப்போதுதான் அறிவு சார்ந்த ஓர் அற்புதமான வாழ்வை வாழ முடியும். நமது சமூகத்தில் உள்ள சிக்கல்களுக்கும் நல்ல வழி புலப்படும்.

தனி மனிதன் துன்பப்படுகிறபோது இந்த சமூகத்தின் துன்பமாக அது மாறிப்போய் விடுகிறது.

ஒரு தனி மனிதனுக்கு நல்ல உணவு கிடைக்க வேண்டும்.

ஒரு தனி மனிதனுக்கு நல்ல உடை கிடைக்க வேண்டும்.

ஒரு தனி மனிதன் வசிப்பதற்கு நல்ல இடம் வேண்டும்.

ஒரு தனி மனிதனுக்குச் சிறந்த கல்வி வேண்டும்.

ஒரு தனி மனிதனுக்கு நல்ல வேலை வேண்டும்.

ஒரு தனி மனிதன் வாழ்வதற்கு ஏற்ற வருமானம் வேண்டும்.

இப்படி சில அத்தியாவசியங்கள் ஒரு தனி மனிதனுக்கு அவசியம் வேண்டும்.

ஒருவனுக்கு உணவு கிடைக்கவில்லை. பசியை அடக்கவும் அவனால் முடியவில்லை.

அப்படியானால் அவன் என்ன செய்வான்?

பசியைப் போக்குவதற்காகப் பிச்சை கேட்பான். ஆனால் பெரும்பாலானவர்களுக்குத் தன்மானம் இடம் கொடுப்பதில்லை. எனவே பிச்சை எடுக்க விரும்புவதில்லை.

பசியை எப்படியாவது போக்கியே ஆக வேண்டும். எனவே உணவைத் திருடுவான்.

பசிக்காகத்தானே திருடினான் என்று சமாதானம் சொல்வது தவறு. இந்தத் தப்பை நிறைய பேர் செய்கிறார்கள்.

வயிற்றுப் பசிக்காகத் திருடினாலும், தவறான பழக்க வழக்கங்களுக்காகத் திருடினாலும் அதன் பெயர் திருட்டுத்தான்.

திருட்டு என்பது தவறு.

பசிக்காக இன்று திருடுகிறவன் சில நாட்களில் திருடுவதின் மீது பயமற்றவனாகி விடுகிறான். அதனை ஒரு பழக்கமாகவும் கொண்டு விடுகிறான்.

இப்போது விஷயத்திற்கு வருவோம்.

திருடுவது என்பது இன்னொருவருக்குச் சொந்தமான ஒரு பொருளை, அவரின் அனுமதி பெறாமலும், அவருக்குத் தெரியாமலும் எடுத்துக் கொள்வது.

ஆக, திருடுகிறவன் ஒரு தனி மனிதன்.

திருட்டால் பாதிக்கப்படுகிறவனும் தனி மனிதன்தான்.

இங்கே பாதிக்கப்படுவது ஒரு தனி மனிதன் என்பதால் மற்றவர்கள் யாரும் இதற்கு அதிக முக்கியத்துவம் கொடுப்பதில்லை.

ஆனால் ஒரே இடத்தில் திருடுவதில்லை. ஒவ்வொரு நாளும் ஒவ்வொரு இடத்தில் திருடுகிறான்.

அப்படித் திருடுகிறபோது இதனால் பலர் பாதிக்கப்படுகின்றனர்.

பலர் என்னும்போது அது ஒரு சமூகமாகி விடுகிறது.

சமூகம் என்றால் ஒரு தெருவுக்கு உட்பட்டதாக இருக்கலாம். ஒரு குக்கிராமமாக இருக்கலாம். ஒரு நகரமாகக் கூட இருக்கலாம்.

இவ்வாறு ஒரு சமூகம் பாதிக்கப்படுகிறபோது, அந்தத் திருடன்

இப்போது இன்னும் பல திருடர்களோடு நட்பு கொண்டு விடுகிறான்.

அது வெளியிலும் இருக்கலாம். சிறையிலும் இருக்கலாம். எப்படியோ மிகப் பெரிய 'தாதா'வாகி விடுகிறான்.

இவ்வாறு திருடன் நாள்பட நாள்பட தனது தீய தொழிலை அபிவிருத்தி செய்து கொண்டே போவதால் அந்தக் குறிப்பிட்ட சமூகம் மட்டுமல்லாமல் நாடே பாதிக்கப்படுகிறது.

ஒரு சிறிய தவறு அல்லது குற்றம் எவ்வளவு பெரிய ஆபத்தை நோக்கிச் சென்றுவிடுகிறது.

ஒரு தனி மனிதனின் துன்பம் ஒரு சமூகத்தின் துன்பமாக மாறி விடுகிறது.

தனி மனித துன்பங்கள் சங்கிலித் தொடர்போல நீண்டு சமூகத் துன்பமாக வீக்கம் பெற்றுவிடுகிறது.

இப்படித்தான் வேலையில்லாத் திண்டாட்டமும்.

ஒரு தனி மனிதன் மட்டும் வேலையில்லாமல் இருந்தால் அது சமூகத்தைப் பாதிப்பதில்லை.

ஆனால் ஆண்டுக்கு ஆண்டு பல மனிதர்கள் வேலையின்றி இருந்தால் அது சமூகத்தைப் பாதிக்கிறது.

தனி ஒரு மனிதனுக்குப் பிரச்சனை என்று வருகிறபோது அதற்கு முழுமையான கவனம் செலுத்தி தீர்க்க வேண்டும். அப்போதுதான் அது புற்று நோய் போல பரவாமல் முளையிலேயே கிள்ளி எறியப்படும்.

இதில் இருந்து நாம் புரிந்து கொள்ள வேண்டியது தனி மனித ஒழுக்கம் என்பது மிக மிக முக்கியம். அதனை அலட்சியப் படுத்தினால் அது ஒரு நாட்டையே சீரழித்துவிடும்.

ஒருவரின் அறிவு சார்ந்த உழைப்பு மட்டுமே அவரை உயர்ந்த நிலைக்கு அழைத்துச் செல்லும் என்று நினைப்பது தவறு. அவரின் மன நலமும், உடல் நலமும் சிறப்பாக இருப்பதும் அவசியம்.

ஒரு தனி மனிதனின் துன்பம் தவறானது. அது அவனை மட்டுமல்லாமல் இந்த சமூகத்தையும் துன்பக்கடலில் மூழ்கடித்து விடும்.

மனிதனைப் பொறுத்தமட்டில் நான்கு விதமான குறைப்பாடுகளால் துன்பத்தை அடைகிறான்.

அது என்ன குறைபாடுகள்?

1. பக்தி

2. வறுமை

3. அலட்சியம்

4. அச்சம்

பக்தி

பக்தி என்பது கடவுள் மீது வருவது. கடவுளைத் தேடுவதில் அநேக நாட்டம் உள்ளவனாக மனிதன் இருக்கிறான்.

நேரம் கிடைக்கும் போதெல்லாம் அவன் கடவுளைத் தேடுகிறான்.

கடவுள் மீது அளப்பரிய அன்பைச் செலுத்துகிறான்.

தனது வாழ்க்கையைச் செலுத்துவதே கடவுள்தான் என்று ஆழமாக நம்புகிறான்.

எனவே கடவுளை சதா சர்வகாலமும் தேடிக்கொண்டே இருக்கிறான். அப்படி இருந்தும் அவனால் கடவுளைக் காண முடியாத சூழல் ஏற்படுகிறது. அதனை பெருங் குறையாக நினைக்கிறான். அதற்காகக் கவலைப்படுகிறான். தனது தியான உணர்வை மேலும் வலுப்படுத்துகிறான்.

அறிவுக்கு அப்பாற்பட்ட நிலைதான் கடவுளைத் தேடும் நிலை.

வெறுமனே கண்களை மூடிக் கொண்டு வணங்குவதால் மட்டும் கடவுள் காட்சியளித்துவிட மாட்டார்.

அதற்கு மனதை ஒருமுகப்படுத்தும் கலையை அவன் கற்றுக் கொள்ள வேண்டும்.

அக நோக்கும் பயிற்சி அவசியம் வேண்டும்.

தனது மனதை அவன் கட்டுக்குள் கொண்டுவர வேண்டும். எங்கெங்கோ சுற்றித் திரியும் மனதைப் பிடித்து இழுத்து ஒரே புள்ளியில் வைத்திருக்கும் கலையை அவன் கற்றுணர வேண்டும்.

மன வளத்தைச் சரியாக இயக்கத் தெரிந்தால் மட்டுமே இது சாத்தியமாகும்.

மன வளம் அனைவரிடமும் இருக்கத்தான் செய்யும். அது

உறங்கிக் கொண்டிருக்கும். அதைத் தட்டி எழுப்ப வேண்டும். சரியான நேரத்தில், சரியான வழித்தடத்தில் அதனைக் கொண்டு செலுத்த வேண்டும்.

இந்த நுணுக்கமான பயிற்சியை எடுத்துக் கொண்டால் பெரும்பாலான சமூக பிரச்சனைகள் தீர்ந்து போய்விடும்.

அறிவானது புத்தி நிலையிலும், சித்த நிலையிலும், பேரறிவு நிலையிலும், சமாதி நிலையிலும் நிற்க வேண்டும். அதற்கான முறையான பயிற்சியை மேற்கொள்ள வேண்டும்.

இந்தப் பயிற்சியை முடித்துவிட்டால் மன வளம் கைகூடும். அப்போது வேண்டியவாறு அறிவைப் பயன்படுத்தி இனிமையான வாழ்வை வாழ முடியும்.

வறுமை

இது பற்றாக்குறையால் ஏற்படுகிறது.

பொருளாதார வறுமை, அறிவு வறுமை என்று இதனை இரு வேறாகப் பார்க்கலாம்.

பொருளாதார வறுமையை மன்னர்தான் தீர்த்து வைக்க முடியும். தற்போது மன்னராட்சி இல்லாத காரணத்தால் அதனை ஒரு நல்ல அரசுதான் தீர்த்து வைக்க வேண்டும்.

அறிவு வறுமை என்பது மனப் பிரச்சனையால் ஏற்படுகிறது. மனதைக் கட்டுப்படுத்தாமல் அது விருப்பத்திற்கு 'ஆமாம் சாமி'

போடுவதால் அதற்கு அடிமையாக வேண்டிய சிக்கலில் மாட்டிக் கொள்ள நேரிட்டு விடுகிறது.

மனச் சிக்கலில் மாட்டிக் கொள்வதால் அமைதி 'பை' சொல்லிவிட்டுப் போய்விடுகிறது.

இவ்வாறு அமைதியை இழந்து வாழும் வாழ்க்கையைத்தான் பலரும் வாழ்ந்து கொண்டிருக்கிறார்கள். அதுவே தவிர்க்க முடியாத நடைமுறை வாழ்க்கையாவும் மாறிப்போய்க் காணப்படுகிறது.

மனமானது அமைதி என்னும் பற்றாக்குறையால் அவதி அடைகிறபோது முக பாவனையும் மாறிப் போய்விடுகிறது. முகமானது விகாரமாகத் தெரிகிறது. திமிர் தெரிகிறது. சோகம் தெரிகிறது. ஆணவம் தெரிகிறது.

இப்படி எவையெல்லாம் தெரியக்கூடாதோ அவை அனைத்தும் முகத்தில் தெரிகிறது.

இவை எல்லாம் எங்கிருந்து வந்து முகத்தில் குடியேறுகிறது என்பதைப் பற்றித் தீவிரமாக யோசிக்க வேண்டும்.

'அகத்தின் அழகு முகத்தில் தெரியும்' என்பார்கள்.

அகத்தில் இருந்துதான் இந்தக் குரூரங்கள் முகத்தில் பிரதிபலிக்கின்றன.

அப்படியானால் அகத்தைச் சீர்செய்ய வேண்டும்.

அகம் என்றால் மனம். உள்ளம்.

மனதை வளமானதாக மாற்ற வேண்டும்.

அவ்வாறு செய்கிறபோது மனதிற்கு ஒரு தெளிவு கிடைக்கிறது.

அது முகத்தில் பிரதிபலிக்கிறது.

அன்பின் இனிமை முகத்தில் தெரிகிறது.

அறிவின் செழுமை பிரகாசிக்கிறது.

பண்பின் தெளிவு ஜொலிக்கிறது.

அலட்சியம்

ஒரு செயலை அதன் விளைவை அறியாமல் செய்வது. அதன் விளைவை அறிந்து ஒருவித அலட்சியத்தோடு செய்வது. பிறரை வேண்டுமென்றே அவமதிப்பதுபோல அலட்சியப்படுத்தி அதனால்

துன்பத்தை வரவழைத்துக் கொள்வது ஆகிய பல நிலைகளைக் கொண்டுள்ளது அலட்சியம்.

அலட்சியம் என்றுமே ஆபத்தானது. அது மற்றவர்களைவிட உங்களுக்கே எதிரியாக வந்து நிற்கும்.

மற்றவர்களை அவமதிப்பதால் அந்த நேரத்தில் உங்களுக்கு ஒரு சந்தோஷமோ, நிறைவோ கிடைக்கலாம். ஆனால் அது நிச்சயமாக நிரந்தரமானதாக இருக்க முடியாது. அந்த அவமதிப்பு சற்று நேரத்தில் அல்லது சற்று தாமதமாகவோ உங்கள் மீதே பாயும். அப்போது அது தரும் வேதனை சொல்லி மாளாது.

எனவே அலட்சியம் செய்யும் மனப்பான்மையை முதலில் நீங்கள் விட்டொழிக்க வேண்டும். அதனை உங்கள் மனதில் இருந்து அகற்றும் கலையை நீங்கள் கற்றுக் கொள்ள வேண்டும்.

அச்சம்

அச்சம் இருவகைப்படும். ஒன்று மற்றவர்களைப் பார்த்து நாம் அச்சப்படுவது. மற்றொன்று மற்றவர்களை நாம் அச்சுறுத்துவது.

ஒருவரின் வித்தியாச உருவத்தைப் பார்த்து அச்சமடையலாம். ஒருவரின் ஆக்ரோஷமான நடை, உடை, பாவனையைப் பார்த்து அஞ்சி நடுங்கலாம். ஒருவரின் கோபத்தைப் பார்த்து பயம் கொள்ளலாம்.

இது அச்சப்படுவது.

தன்னை ஒரு கோபக்காரனாக, முரட்டு சுபாவம் உடையவராக, தன்னை ஓர் ஆதிக்கம் செலுத்துபவராக, தன்னை ஓர் அதிகாரக் குவியலாக மற்றவர்களுக்குக் காண்பித்து அவர்களை அச்சுறுத்துவதும் உண்டு.

இதில் எந்த வகை அச்சமாக இருந்தாலும், இரண்டுமே ஒரு வகையில் பார்த்தால் தவறுதான்.

நீங்கள் தவறே செய்யாத பட்சத்தில் எதற்காக அச்சப்பட வேண்டும். விரிந்து பரந்த ஆகாயம் அளவிற்கு அதிகாரத்தைக் கொண்டிருந்தாலும் நீங்கள் ஏன் பயப்பட வேண்டும்?

உங்களிடம் அதற்குரிய மன வலிமை இல்லாததுதான் இதற்கு முக்கியக் காரணம்.

அதேபோல மற்றவர்களைப் பயமுறுத்துவதும் அறிவற்ற

செயலாகவே கருதப்படும்.

உங்கள் மனதை நன்றாக வளமாக்கி வைத்திருந்தால் இந்த அச்சம் உங்களுக்குத் துச்சமாகிவிடும்.

ஒருவரின் சிறப்பைப் பற்றி அறியாமல் பிறர் மீது அச்சமும், பகையும் கொண்டு துன்புறுத்தியும், துன்புற்றும் அல்லல்படுவது மிகப் பெரிய குறைபாடு.

இந்த நான்கு விதமான குறைபாடுகளில் சிக்கி, சிக்கலாகி அவற்றில் இருந்து எளிதில் விடுதலை பெற முடியாமல், அதற்கான வழியும் தெரியாமல் வாழ்க்கை முழுவதும் தவியாய்த் தவிக்கிறான்.

இதனால் நாள்தோறும் துன்பத்தில் உழன்று போகிறான். அத்துடன் மற்றவர்களையும் தனது துன்பத்தில் பங்குபெறச் செய்து அவர்களையும் வருத்துகிறான்.

உலகில் பிறந்த உயிர்கள் அனைத்துமே வாழத்தான் ஆசைப் படுகின்றன. ஆறறிவுக்கும் குறைவான அறிவைப் பெற்ற ஜீவராசிகள்

கூட, பலத்த சப்தம் அருகே கேட்டால் அச்சம் கொள்கின்றன. தனக்கு ஏதோ ஆபத்து வந்துவிட்டதோ என்ற பயம்தான் அது.

ஆபத்தில்லாமல், அச்சமில்லாமல், துன்பமில்லாமல், கஷ்டம் இல்லாமல் அனுதினமும் சந்தோஷமாக வாழ்க்கையை வாழ வேண்டும் என்றே அனைத்து உயிரினங்களும் விரும்புகின்றன.

தனது இன்பமயமான வாழ்க்கைக்கு முரண்பாடான வாழ்க்கை அமைந்தால் அது துன்பத்தைத் தருகிறது. அதாவது அங்கே இன்பம் தடுக்கப்படுகிறது

ஆனால் எப்போதும் இன்பமாகவே வாழ வேண்டும் என்று ஆசைப்பட்டால் அதற்கு என்ன வழி?

இதுதான் அத்தனை மனிதர்களின் ஒரே கேள்வி

வாழ்க்கையின் நோக்கத்திற்கு ஏற்ற வகையில் வாழும் முறை என்ன என்பதை அறிந்து கொள்வதுதான் அறிவு என்னும் ஞானம். இந்த ஞானத்தைப் பெற்றுவிட்டால் அதுதான் மன வளம்.

ஒருவர் தவறு செய்வதற்குக் காரணமாக இருப்பது மனம்தான்.

தவறு செய்துவிடக் கூடாது என்று தீர்மானிப்பதும் அதே மனம் தான்.

தவறு செய்யாமல் இருப்பதற்கான வழிமுறையைத் தேர்ந்தெடுத்து அதன்படி ஒழுகச் செய்வதும் மனம்தான்.

ஆக, ஒருவரின் வாழ்க்கை முறையை, வாழ்க்கைத் தரத்தை, வாழ்க்கைப் பாதையை அமைத்துக் கொடுப்பது மனம் மட்டுமே.

இப்படிப்பட்ட மனதைப் பக்குவப்படுத்தாமல் அதே பழைய நிலையிலேயே வைத்துக் கொண்டிருந்தால் அது எப்படி உங்களை நல்வழிப்படுத்தும்?

புதிய நல்ல பாதையில் பயணிக்கச் செய்வதுதான் ஒரு மனிதனின் வெற்றிக்கு உதவும்.

எனவே உங்கள் மனதைப் பக்குவப்படுத்த வேண்டும்.

உங்கள் மனதை நெறிமுறைப்படுத்த வேண்டும்.

உங்கள் மனதைப் பண்படுத்த வேண்டும்.

உங்கள் மனதைச் சீர்படுத்த வேண்டும்.

உங்கள் மனதைச் செழுமைப்படுத்த வேண்டும்.

உங்கள் மனதை வளப்படுத்த வேண்டும்.

உங்கள் மனதை நல்வழிப்படுத்த வேண்டும்.

இதற்கு என்ன செய்ய வேண்டும்?

உங்கள் மனதிற்கு சிறந்த பயிற்சி அளிக்க வேண்டும்.

அது என்ன பயிற்சி?

அதனை எப்படி அளிக்க வேண்டும்?

இதற்கு ஆறே ஆறு தீய குணங்களை நாம் நம் மனதில் இருந்து அறவே நீக்கி அழிக்க வேண்டும்.

அது என்ன ஆறு தீய குணங்கள்?

1. பேராசை - நிறைமனம்
2. கோபம் - பொறுமை
3. கடும் பற்று - ஈகை
4. தவறான நட்பு - நல்ல நட்பு
5. உயர்வு - தாழ்வு - சமநோக்கு
6. வஞ்சகம் - மன்னிப்பு

பேராசை

ஆசைப்படுவது மனிதனின் இயல்பு. இதைத் தவறு என்று வாதிடவும் முடியாது. கூடாது.

உண்பது ஒருவனின் கட்டாயம். உண்ணக்கூடாது என்று ஒருவரைக் கட்டாயப்படுத்த முடியாது.

பசி என்பது மனிதனால் அமைத்துக் கொள்ளப்பட்டது அல்ல. அது இயற்கையின் விந்தை. அதைக் குறை கூறவோ, பழித்துச் சொல்லவோ யாருக்கும் உரிமை கிடையாது. அருகதையும் கிடையாது.

பசிக்கும்போது அவனுக்கு விருப்பமான உணவை உண்கிறான். தினமும் காலையில் இட்லி சாப்பிடலாம். தோசை சாப்பிடலாம். பொங்கல் சாப்பிடலாம். பூரி சாப்பிடலாம். சப்பாத்தி சாப்பிடலாம்.

இப்படி ஏதாவது ஒரு உணவை அவன் சாப்பிடலாம். எப்போதாவது அவனுக்கு இனிப்பு சாப்பிடும் ஆசை வரலாம். அதனால் ஏதாவதொரு இனிப்பை எப்போதாவது சாப்பிடலாம்.

இது நேர்மையான ஆசை.

இந்த ஆசையை தவறு என்று கூறக்கூடாது.

ஆனால் அதே நேரத்தில் தினமும் இனிப்பு வேண்டும் என்று நினைத்தாலோ, தினமும் வடை போன்ற பலகாரங்கள் வேண்டும் என்று நினைத்தாலோ அது தவறு.

பண்டிகை நாட்களில் உண்ணும் உணவைப் போல தினமும் உண்ண நினைத்தால் அது ஆசை அல்ல; பேராசை.

இந்தப் பேராசை என்றும் உங்களைச் சிக்கலில் சிக்க வைத்து விடும்.

இது ஒரு உதாரணம் மட்டுமே.

அளவிற்கு மேல் எதற்கு நீங்கள் ஆசைப்பட்டாலும் அது பேராசைதான்.

குடியிருக்க ஒரு வீடு அவசியம். அதற்கு மேல் இன்னொரு வீடு என்பது தேவையற்றது. ஆனால் அதற்கும் மேல் இன்னும் சில வீடுகள் வாங்க வேண்டும் என்று நினைத்தால் அது பேராசை.

இந்தப் பேராசை உங்கள் மனதைப் பண்படுத்துவதற்குப் பதிலாக புண்படுத்திவிடும்.

இப்படிப் பேராசைப்படுவதை நீங்கள் நிறுத்திக் கொள்ள வேண்டும். அதற்கு 'போதும் என்ற மனமே பொன் செய்யும் மருந்து' என்பார்கள்.

பசிக்குச் சாப்பிட்ட பிறகு, ருசியாக இருக்கிறது என்பதற்காக இன்னும் இன்னும் வாங்கிச் சாப்பிட்டால் அது வயிற்றுக்கு ஆகாது.

எனவே வயிறு நிறைந்ததும், அது எவ்வளவுதான் ருசியாக இருக்கிறது என்றாலும் 'போதும்' என்று நிறுத்திக் கொள்ள வேண்டும்.

'நிறைமனம்' என்பார்கள்.

மனம் நிறைவடைய வேண்டும். 'இன்னும் வேண்டும்.. இன்னும் வேண்டும்' என்று ஆசைப்படுவதை நிறுத்திக் கொண்டு, 'இதுவே போதும்' என்ற மனப் பக்குவத்தைக் கொண்டுவிட்டால் போதும் 'பேராசை' என்னும் பேய் உங்களை விட்டு விலகி ஓடிவிடும்.

ஒரு பேப்பரையும் பேனாவையும் எடுத்துக் கொண்டு வரிசையாக உங்கள் மனதில் தோன்றும் ஆசைகளை வரிசையாக எழுத வேண்டும்.

பிறகு ஒவ்வொரு ஆசைக்குக் கீழேயும் இது கண்டிப்பாக அவசியமான தேவையா? அல்லது அத்யாவசியமற்ற தேவையா? என்பதைக் குறிப்பிட வேண்டும். அதற்கான உண்மையான காரணத்தையும் ஒரே வரியில் குறிப்பிட வேண்டும்.

அவசியமானது என்றால் அதை 'டிக் மார்க்' செய்யலாம். அவசியமற்றது என்றால் அந்த ஆசையை அழித்துவிடுங்கள்.

இந்தவிதமான பயிற்சியே உங்கள் பேராசையை முடிவிற்குக் கொண்டுவந்து விடும்.

கோபம்

விரும்பியது கிடைக்காதபோது, விரும்பியது நிறைவேறாத போது, நினைத்ததை அடைய முடியாதபோது அவனது ஆசை மற்றும் ஏமாற்றம் கோபமாக மாறிவிடுகிறது.

மனிதனிடம் உள்ள தீய குணங்களில் மிகவும் மோசமானது கோபப்படுதல்தான். ஒருவனின் பல பாவச் செயல்களுக்குக் காரணமாக விளங்குவது கோபம் மட்டுமே. மட்டுமல்லாமல் மரணப் பாதைக்கும் இந்தக் கோபம் அழைத்துச் சென்றுவிடுகிறது.

கோபம் ஒருவரின் மனதைத்தான் முதலில் குறி வைக்கிறது. அதில் தடுமாற்றத்தை விளைவிக்கிறது. அமைதியை இழக்கச் செய்கிறது. உறவில் விரிசலை ஏற்படுத்துகிறது.

எனவே எந்தவொரு செயலையும் முழுமையாகவும், செம்மையாகவும் செய்ய முடியாமல் போய்விடுகிறது.

உடம்பில் நோய் என்னும் கொடிய அரக்கன் புகுந்து ஆட்சி செய்யத் தொடங்கிவிடுகிறான். இதனால் உடல் நடுக்கம் கொள்ளத் தொடங்குகிறது. பதற்றம் வந்தடைகிறது. சிலர் அடக்க முடியாத கோபத்தால் கிடைத்த பொருளைத் தூக்கி எறிந்து பைத்தியம்போல நடந்து கொள்கிறார்கள்.

இவ்வாறு கோபப்படுவதால் உள்ளத்தின் அழகும், உடலின் அழகும் பாதிக்கப்பட்டு ஒரு குரூரத்தன்மை வந்துவிடுகிறது.

ஆரம்பத்தில் தனக்கு அடுத்த நிலையில் உள்ளவர்களிடம் கோபப்படுவது இயல்பு. பின்னர் அது பரந்து விரிந்து தராதரம்

இல்லாமல் அனைவரிடமும் கோபப்பட்டு தங்கள் நிம்மதியை இழக்கிறார்கள். அத்துடன் மற்றவர்களின் நிம்மதியையும் கெடுத்துக் குட்டிச்சுவராக்கி விடுகிறார்கள்.

கோபம் பொல்லாதது. இதை அடக்கிவிட்டால் நீங்கள் பண்பின் சிகரத்தைத் தொட்டுவிட்டவர் ஆகிவிடுவீர்கள்.

கோபத்தை அடக்குவதற்கு மற்றவர்களை மன்னிக்கும் தன்மை வரவேண்டும். விட்டுக் கொடுக்கும் மனப்பான்மையை வளர்த்துக் கொள்ள வேண்டும். முக்கியமாகப் பொறுமையைக் கடைப்பிடிக்கும் தன்மையை அதிகரித்துக் கொள்ளவேண்டும்.

இதற்கு என்ன செய்ய வேண்டும்?

தனியாக அமர்ந்து கண்களை மூடி சற்று நேரம் ஆழ்ந்த தியானம் செய்ய வேண்டும்.

பின்னர் ஒரு பேப்பர், பேனாவை எடுக்க வேண்டும். அதில் யார் மீதெல்லாம் கோபம் கொள்கிறோமோ, அவர்கள் பெயர்களை வரிசையாக எழுத வேண்டும்.

அவர்களுக்கும் உங்களுக்கும் இடையேயான நட்பின் இறுக்கம் பற்றியும், என்ன காரணத்தினால் அவரோடு சண்டை ஏற்பட்டது என்பது பற்றியும், சண்டைக்கு உண்மையான காரணகர்த்தா யார் என்பது பற்றியும் குறிப்பிட வேண்டும்.

மேலும் அவரோடு சண்டையிட்டதால் ஏற்பட்ட நன்மை, தீமைகள் என்னென்ன என்றும் குறிப்பிட வேண்டும்.

இப்போது சண்டையின் அர்த்தமற்ற தன்மை உங்களுக்குத் தெளிவாகவே புரிந்துவிடும். நீங்களோ அல்லது அவரோ உச்சகட்ட கோபம் அடைந்ததால் மட்டுமே இந்தச் சண்டை வந்ததை நன்றாகவே உணரமுடியும்.

இப்போது உங்கள் மனதிற்குள் ஓர் உறுதிமொழியை எடுத்துக் கொள்ள வேண்டும். ‘எந்தச் சூழலிலும் அவரோடு கோபம் கொள்ள மாட்டேன்’ என்று சொல்ல வேண்டும். இந்த உறுதிமொழியைத் தினமும் நீங்கள் பலமுறை சொல்லிவர வேண்டும்.

ஒரு வாரத்திற்குப் பிறகு பாருங்கள், கோபம் உங்களை விட்டுக் காணாமல் போயிருக்கும். அதேநேரத்தில் சண்டையிட்டவரோடு மீண்டும் நட்புறவு கொண்டிருப்பீர்கள்.

கடும்பற்று

கடும் பற்று என்பது ஒன்றின் மீது அளவிற்கு அதிகமாக ஆசைப்படுவதாகும். தான் கஷ்டப்பட்டு, வியர்வை சிந்தி சேர்த்து வைத்தப் பொருளின் மீது உரிமை கொண்டாடுவார்கள். இதற்கு அடிப்படைக் காரணம் பற்று.

ஆக ஈட்டிய செல்வத்தை, பொருளை அனுபவிக்கும் உரிமை அவருக்கு உண்டு. ஆனால் அளவுக்கு மீறி சேர்த்து வைத்துள்ள பொருள், பிறருக்கு அத்யாவசியமாகத் தேவைப்படும் வேளையிலும் அதனைத் தனக்கே உரித்தானது என்று கூறி அடுத்தவர் பயன்படுத்துவதற்கு அனுமதிக்க மறுப்பது கடும்பற்று எனப்படும்.

இவ்வாறு கடும்பற்று வைத்திருப்பதால் தீமைகளும் வந்து சேரும். ஒருவர் சேர்த்து வைத்துள்ள பொருள், அவருக்குத் துன்பம் தராமல் இருக்க வேண்டுமென்றால், அவரது தேவைக்குப் போக மீதமுள்ளவற்றைப் பிறருக்குக் கொடுத்து உதவ வேண்டும்.

ஒரு பொருளின் மீதான பற்றை இது நீக்கும். மேலும் ஈகை மற்றும் தானம் செய்வதால் பொருளும் பெருகி வளரும்.

ஆக, பிறருடைய வறுமை, துன்பம், கஷ்டம் போன்றவற்றின் போது அவர்களுக்கு உதவி செய்ய வேண்டும்.

ஒரு பொருளைப் பெற்றதன் பயன் என்ன தெரியுமா? பிறருக்குக் கொடுத்து உதவுவதற்கே ஆகும். அவ்வாறு செய்யாமல் போனால் அவரது செல்வம் மற்றும் சேர்த்த பொருள் அனைத்தும் அழிந்து போய்விடும். இது உறுதி.

கடின உழைப்பைச் சிந்தி பெற்ற பொருள் என்பதால் அதன் மீது அளவற்ற உரிமை கொண்டாடுவது அபத்தம். நீங்கள் பெற்ற பொருள் இயற்கையின் அன்புப் பரிசு.

அது இயற்கைக்கு மட்டுமே சொந்தமானது.

கஷ்டப்பட்டு உழைத்து ஒரு நிலத்தை வாங்குகிறீர்கள். உங்கள் பெயருக்கு அதனைப் பதிவும் செய்து கொள்கிறீர்கள். அது இப்போது உங்களுக்குத்தான் சொந்தம். ஆனால் உங்களுக்கு மட்டுமே சொந்தம் என்பது கடும்பற்று ஆகும்.

ஒவ்வொருவரும் தனது மாதச் சம்பளத்தில் அல்லது மாத வருமானத்தில் குறைந்த பட்சம் ஒரு சதவீதத்தை அல்லலுறும் ஒருவருக்கோ அல்லது ஓர் அமைப்பிற்கோ உதவ வேண்டும்.

இதுவே ஈகை.

ஆனால் ஈகை என்பது தங்களை விளம்பரப்படுத்திக் கொள்வதற்கான ஒரு விளம்பரப் பலகையாகவே மாற்றிவிட்டனர்.

இது கவலைக்குரியது.

கோயிலில் ஒரு மின்விளக்கைச் சொந்தச் செலவில் பொருத்தி வைத்தாலும் அதிலும் தங்கள் பெயரைப் பொறித்துக் கொள்கிற அளவிற்கு ஈகை விளம்பரமாகிவிட்டது.

இதனால் அவர்கள் பெருமை அடைவதாக நினைத்துக் கொண்டாலும், உண்மையில் அவர்கள் சிறுமைதான் அடைகிறார்கள்.

தவறான நட்பு

பொதுவாக குற்றங்கள் நடப்பதற்கான அடிப்படைக் காரணங்கள் என்னவென்று ஆராய்ந்து நோக்கினால் அது ஒன்று பெண்ணுக்காக இருக்கும். அல்லது பொருளுக்காக இருக்கும்.

இந்த இரண்டையும் தவிர்த்து, வேறு எந்தக் காரணமும் இருப்பதற்கு வாய்ப்பே கிடையாது.

தவறான நட்பு என்றால் அது ஆண் - பெண்ணுக்கு இடையே நடக்கும் தவறான நட்பைப் பற்றி மட்டுமல்ல. நாம் தேர்ந்தெடுக்கும் நண்பர் - அவர் ஆணாக இருந்தாலும் சரி, பெண்ணாக இருந்தாலும் சரி - நல்ல மனம் படைத்தவரா என்பதைத் தெளிவாகத் தெரிந்து கொண்ட பிறகே நட்பில்

இறுக்கம் கொள்ள வேண்டும்.

தினமும் இரவில் சாப்பாடு சாப்பிடுகிறாரோ இல்லையோ, மது அருந்தாமல் மட்டும் இருக்கவே மாட்டார் என்கிற மாதிரியான ஒருவரை, மதுப் பழக்கமே இல்லாத ஒருவர் நண்பராக்கிக் கொண்டால் என்னாகும்?

நண்பரோடு சேர்ந்து இவரும் மதுவுக்கு அடிமை ஆகிவிடுவார்.

ஏன், மதுப்பழக்கத்தில் இருந்து திருந்தி அந்த நண்பர் நல்லவராக மாறக்கூடாதா? என்று நீங்கள் கேட்கலாம்.

ஒன்றை நீங்கள் புரிந்து கொள்ள வேண்டும். நல்லனவற்றை விடவும் தீயனவற்றுக்கே சக்தி அதிகம். அதுவே அனைவரையும் சட்டென்று ஈர்த்து தனது சட்டைப் பைக்குள் பத்திரப்படுத்திக் கொள்ளும்.

இதுதான் தவறான நட்பு.

ஒரு திருமணமான பெண் தனது கணவனின் நண்பனோடு காதல் வயப்பட்டால் அதுவும் தவறான நட்புதான்.

எனவே நட்பு என்பது தவறான நட்பாக இருந்தால் அது மிகப் பெரிய ஆபத்தில் உங்களைச் சிக்க வைத்துவிடும். நல்ல நட்பை அறிந்து புரிந்து ஏற்படுத்திக் கொண்டால் அதனால் நற்பலன் கிடைக்கும்.

உயர்வு - தாழ்வு

உயர்வு - தாழ்வு என்பது பணத்தால், குலத்தால், நாகரீகத்தால் மட்டுமே காணப்படுவதாக நம்மில் பலரும் நினைத்துக் கொண்டிருக்கிறோம். அதற்காகவே போராடிக் கொண்டும் இருக்கிறோம்.

ஆனால் உயர்வு - தாழ்வு என்பது இவற்றில் மட்டுமே கிடையாது. இதையும் தாண்டி காணப்படுகிறது.

பெரும் புகழ், பெரிய பதவி, உயர் கல்வி, பேரழகு, சிவப்பு நிறம் போன்ற காரணிகளும் தன்னைப் பிறரோடு ஒப்பிட்டு அல்லது வேறுபடுத்திப் பார்க்கின்றன.

இப்படி ஏதோ ஒரு காரணத்தை நமக்கு நாமே வைத்துக் கொண்டு, 'நீ உயர்ந்தவன்; நான் தாழ்ந்தவன்' என்று சண்டையிட்டுக் கொண்டிருப்பது எந்த வகையில் நியாயம்?

நன்றாகப் பாடத் தெரிந்தவனிடம் நன்றாக நடனமாடும் திறன் இல்லாது போகலாம். நன்றாகக் கிரிக்கெட் விளையாடத் தெரிந்தவனால் திறமையாக டென்னிஸ் விளையாடத் தெரியாமல் போகலாம்.

இதனை உணர்ந்து கொள்ள வேண்டும்.

நன்றாகப் பாடத் தெரியும் என்ற ஒரே காரணத்திற்காக ஒருவன் எப்படி இந்த சமூகத்தில் மற்றவர்களைவிட உயர்ந்தவனாகி விட முடியும்?

நன்றாகப் பாடத் தெரியாத ஒரு காரணத்தில் எப்படி ஒருவன் இந்தச் சமூகத்தில் தாழ்ந்தவனாகிவிட முடியும்?

சிந்தித்துப் பார்க்க வேண்டும்.

ஒருவன் உடல் வளர்ச்சியில் அதிக உயரம் உடையவனாகக் காணப்படுகிறான். மற்றொருவன் ரொம்பக் குள்ள உருவம் உடையவனாகக் காணப்படுகிறான்.

உடல் வளர்ச்சியில் உயர்ந்தவன் மட்டுமே அனைத்திலும் உயர்ந்தவன் என்று எப்படிச் சொல்ல முடியும்?

இயற்கையின் விந்தைகளில் இதுவும் ஒன்று.

ஆக, ஒரு மனிதனின் எழுச்சிக்கும், வீழ்ச்சிக்கும் அவனது எண்ணம் மட்டுமே காரணமாக அமைகிறது.

இந்த வேறுபாடுகளை நீக்குவதன் மூலம் மட்டுமே ஒரு மனிதன் உண்மையிலேயே உயர்ந்தவனாகிறான். தற்போது நிலவும் போலியான உயர்வு - தாழ்வு இதன்மூலம் அகன்று போகிறது.

வஞ்சகம்

வஞ்சகம் என்பதற்கு பழிவாங்கும் செயல் என்பதே பொருத்தமான பொருள். ஒருவரின் கோபத்திற்குக் காரணமாக இருந்தவர் மீது கோபமும், ஆத்திரமும் கொப்பளிக்கும்.

ஆனால் அவர் பணபலம், அதிகார பலம், உடல் பலம் போன்று தன்னைவிடவும் இந்த வகையில் அதிக பலம் உடையவராக இருந்தால் நிச்சயமாகத் தங்களது கோபத்தை அவரிடம் திருப்பிக் காண்பிக்க முடியாமல் போகும்.

ஆக, தனது கோபத்தை அடக்கிக் கொள்ள வேண்டியிருக்கும். ஆனாலும் உள்ளே அடக்கி வைத்திருக்கும் கோபத்தை வெளியே காண்பிப்பதற்காக தருணத்தை எதிர்பார்த்துக் காத்திருப்பார்கள்.

ஒருவேளை தன்னால் பழிவாங்க முடியாமல் போனால் வேறு ஏதாவது சூழ்ச்சி செய்து அவரைப் பழிவாங்க முயற்சிப்பார்கள்.

அதாவது பழிவாங்கத் தகுந்த நேரத்திற்காகக் காத்திருந்து தனது கோபத்தைக் காட்டுவதுதான் வஞ்சகம்.

முகத்திற்கு முன்பாகச் சிரித்துவிட்டு முதுகிற்குப் பின்னால் சீறுவது மிகப் பெரிய வஞ்சகம்.

பக்கத்தில் இருந்து பல்லிளித்து உரையாடிக் கொண்டே எப்போது கவிழ்க்கலாம் என்று எதிர்பார்த்துக் கொண்டிருப்பது வஞ்சகம்.

தன்னிடம் விஷம் இருப்பது நாகப் பாம்பிற்கு நன்றாகவே தெரியும். இருந்தும் தன்னை மறைத்துக் கொண்டு வாழும்.

இதுதான் வஞ்சகம்.

நெஞ்சில் வஞ்சகம் இருப்பவர்கள் இப்படித்தான் தங்களின் உண்மை முகத்தை மறைத்துக் கொண்டு போலி முகம் காட்டி நடிப்பார்கள்.

அப்படித்தான் மனசில் வஞ்சகம் சூழ்ந்து கிடப்பவர்கள் எதையும் வெளிப்படையாகப் பேசவே மாட்டார்கள்.

விஷம்... அத்தனையும் விஷம்.

தண்ணீர்ப் பாம்பைப் பார்த்திருக்கிறீர்களா? அதற்கு விஷம் கிடையாது. எனவே அது தண்ணீருக்குள் மறைந்து கிடப்பது இல்லை. வெளிப்படையாக நீரில் மிதந்து திரியும்.

ஆக மனசில் வஞ்சகம் அற்றவர்கள் வெளிப்படையாகப் பேசி சகஜமாக இருப்பார்கள்.

நிறைய பேர் தங்களின் தவறை உடனடியாக உணர்ந்து கொள்வதே கிடையாது. தான் செய்வதுதான் சரியானது என்றே நினைத்துக் கொண்டிருப்பார்கள்.

ஆனால் சில பேர் பாதிக்கப்படும்போதுதான் தனது தவறை உணர்வார்கள். இது தாமதமானதுதான். ஆனால் உண்மையை உணர்ந்துவிட்ட பிறகு தாமதிக்காமல் உடனடியாகத் தன்னால் பாதிக்கப்பட்டவரிடம் சென்று 'மன்னிப்பு' கேட்க வேண்டும்.

அதுதான் உண்மையாகவே வஞ்சகம் ஒழிந்துவிட்டதற்கான அத்தாட்சி.

மூன்று

பகிர்தல்

பகிர்தல் என்பது தற்காலத்தில் வேகமாகக் குறைந்து கொண்டே வருவதைப் போலத் தோன்றுகிறது.

ஆனாலும் பகிர்தல் மிக முக்கியம்.

பகிர்தல் என்றால் பணத்தைக் கொடுத்துப் பகிர்வது கிடையாது.

மனத்தைக் கொடுத்துப் பகிர்வது.

பணமும் பொருளும் சுத்தமாக இல்லை என்றாலும் மனம் எப்போதும் உங்களிடம் நிறைவாக இருக்க வேண்டும்.

பகிர்தல் என்பது ஒரு அற்புதமான மனிதநேயம். அன்பின் வெளிப்பாடு.

உங்கள் உள்ளத்தின் ஆழத்தில் அன்பு புதைந்து கிடக்கும். பகிர்வதன் மூலமாகவே அது வெளிப்படும்.

பகிர்வது என்பது ஒரு பண்பு.

இத்தகைய பண்பை சிறுவயது முதலே

பெற்றோர்களும், ஆசிரியர்களும், பெரியவர்களும் குழந்தைகளுக்கு ஊட்டிவிட வேண்டும்.

ஆனால் நிறைய பேர் இந்தப் பண்பைப் பற்றி அக்கறை கொள்வதே இல்லை என்பதுதான் வருத்தத்தின் உச்சம்.

அன்னை தெரசாவின் இல்லத்தின் அருகே ஏழைக் குடும்பம் ஒன்று வசித்து வந்தது. பசியும் பட்டினியுமாக அவர்கள் நாட்களைக் கழித்து வந்ததை ஒருநாள் அன்னை அறிந்து கொண்டார். இயல்பாகவே இளகிய மனம் படைத்த தெரசா, மிகவும் மனம் வருந்தினார்.

சிறிதளவு அரிசியை எடுத்துக் கொண்டு ஒருநாள் அந்த ஏழை வீட்டிற்குச் சென்றார். அந்தப் பெண்மணியை அழைத்து அவரிடம் அரிசியைக் கொடுத்து சமைத்து சாப்பிட்டுப் பசியாறுமாறு கேட்டுக் கொண்டார்.

இப்படியொரு உதவியைச் சற்றும் எதிர்பாராத அந்தப் பெண் ஒரு கணம் இன்ப அதிர்ச்சியில் உறைந்து போனார்.

அப்புறம் அவர் விழிகளில் ஆனந்தக் கண்ணீர்.

நன்றிப் பெருக்குடன் அன்னையை ஒரு விநாடி உற்று நோக்கிய அப்பெண், அந்த அரிசியில் பாதியளவை எடுத்துக் கொண்டு எங்கோ விரைந்தோடினார்.

அன்னைக்கு ஒன்றும் புரியவில்லை. சாப்பிட்டுப் பல நாட்கள் ஆன அந்தப் பெண்ணின் குடும்பம் உடனடியாக அந்த அரியைச் சமைத்துச் சாப்பிட்டு நிறைவடைவதைப் பார்த்து மகிழ்ச்சியுற வேண்டும் என்பதுதான் அன்னையின் ஆசை.

சற்று நேரத்தில் அந்தப் பெண்மணி அங்கே வெறுங் கையுடன் திரும்பி வந்தார்.

“அவ்வளவு அவசரமாக எங்கே போனீர்கள்?” என்று சற்றுக் குழப்பத்துடன் வினவினார் தெரசா.

“எங்கள் பக்கத்தில் இன்னொரு வீடு இருக்கிறது. அவர்களும் சாப்பிட்டு ரொம்ப நாளாயிற்று. அதனால்தான் அவர்களுக்கும் பாதி அரிசியைக் கொடுத்தேன்” என்றாள் அந்தப் பெண்மணி மூச்சிரைக்க.

நெகிழ்ந்து போனார் அன்னை தெரசா.

அந்தப் பெண்மணி பகிர்ந்து கொண்டது வெறும் அரிசியை மட்டுமல்ல; அதைவிடப் பன்மடங்கு உயர்வான அன்பை.

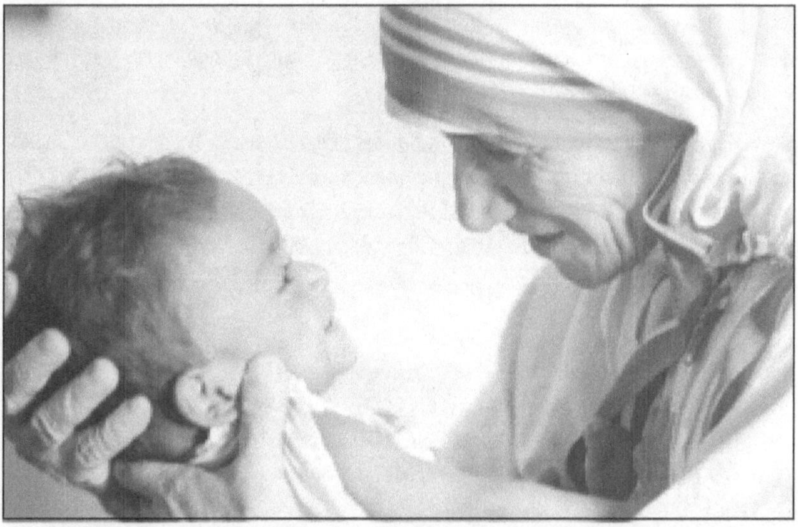

இளகிய மனம் என்று சொல்லலாம்.

மனிதநேயம் என்று சொல்லலாம்.

மனவளம் என்றும் சொல்லலாம்.

இதுதான் உண்மையான பகிர்தல்.

இந்தப் பகிர்தல் இன்று வெகுவாகக் குறைந்து போயிற்று. நம்மூர் ஏரி, குளங்களை இதற்கு உதாரணமாகக் கூறலாம். அவையும் இன்று அளவில் குறைந்து போயிற்று.

எதனால் என்று பார்த்தால் மண் வளத்தைப் பற்றிய போதிய விழிப்புணர்வு இல்லாமையால்தான்.

மண் வளமாக இருக்க வேண்டுமென்றால் நீர் வளம் நிச்சயம் வேண்டும். நீர் வளத்திற்கு ஆதாரமாக விளங்கும் குளம், குட்டை, ஏரிகளைச் சிறுகச் சிறுக அழித்துவிட்டால் நீர் வளம் குறைந்து போகும். மண் வளமும் அப்படியே.

இப்படித்தான் மன வளமும்!

ஏரி, குளங்களை எப்படி சுருங்க விடக்கூடாதோ அப்படியே நம் விசால மனதையும் சுருங்க விட்டுவிடக் கூடாது. அதனை மனித நேயமற்ற எண்ணங்கள் சிறுகச் சிறுக அரித்துவிடுவதை ஒருபோதும் அனுமதிக்கக் கூடாது.

இன்றைய நாட்களில் பகிர்தல் என்பது வெகுவாகக் குறைந்து கொண்டே இருக்கிறது. தன் குடும்பம், தன் உறவுகள், தன் நண்பர்

கள் என்று ஒரு சிறிய வட்டம் மட்டுமே இந்தப் பரந்து விரிந்த உலகம் என்று நினைத்துக் கொண்டு வாழ்க்கையை நகர்த்தும் மனிதர்கள்தான் அதிகம்.

இதில் இன்னும் ஒரு வருத்தத்திற்குரிய உண்மை என்னவென்றால் தன் குடும்பம், தன் உறவுகளைவிடவும் தன்னை மட்டுமே பிரதானமாக நினைக்கும் மனிதர்களும் பெருகிவிட்டனர். அவர்கள் தங்கள் குடும்பத்தையும் கண்டுகொள்வதில்லை. தங்கள் உறவுகளையும் கண்டுகொள்வதில்லை. தங்கள் உற்ற நட்புகளையும் கண்டுகொள்வதில்லை.

உங்கள் குழந்தையை அழைத்துக் கொண்டு எங்கோ கடைக்குச் செல்கிறீர்கள். அப்போது வழியில் எழுந்து நடக்கவே முடியாத நிலையில் பிச்சைக்காரன் ஒருவனைப் பார்க்கிறீர்கள். அவன் மீது இரக்கப்பட்டு அவனுக்கு ஐந்தோ அல்லது பத்தோ ரூபாய் தர்மம் போடுகிறீர்கள்.

நீங்கள் செய்தது மிகச் சிறிய தர்மம்தான். ஆனால் அது உங்கள் குழந்தையின் மனதில் மிக ஆழமாகப் பதிந்துவிடும். இயலாமையில் தத்தளிப்பவர்கள் மீது இரக்கம் காட்ட வேண்டும் என்ற மிகப் பெரிய உண்மையை அது உணர்த்தும்.

நீங்கள் இதை அறிவுரையாகக் குழந்தைக்குப் போதிப்பதைவிட செயலில் காண்பிப்பதுதான் அதிகப் பலனைத் தரும்..

அதற்காகப் போதனைகள் தவறு என்று எண்ணிவிடக் கூடாது. அதுவும் முக்கியம். சிறு வயதில் போதிக்கும் அறிவுரைகள் பசுமரத்தாணிபோல குழந்தைகள் மனதில் அழியா இடம்பிடிக்கும்.

ஆனால் பல இல்லங்களிலும் இப்படிப்பட்ட மனிதநேய உணர்வுகளைப் பிரதிபலிக்கிற போதனைகளும், அனுபவங்களும் இன்றைய குழந்தைகள் பெறுவதில்லை.

மாறாக, 'நீ டாக்டராக வேண்டும்' என்றோ, 'கலெக்டராக வேண்டும்' என்றோ, 'இன்ஜினியராக வேண்டும்' என்றோதான் அவர்கள் மனதில் நாள்தோறும் போதனைகள் ஊட்டப்பட்டு வருகின்றன.

டாக்டராகி ஏழை எளிய மக்களுக்குச் சேவை செய்ய வேண்டும் என்று யாரும் கற்றுக் கொடுப்பதில்லை.

கலெக்டராகி பாமரர்களுக்கு நிறைய உதவிகளைச் செய்ய வேண்டும் என்று யாரும் சொல்லிக் கொடுப்பதில்லை.

மாறாக, டாக்டரானால்தான் நிறைய சம்பாதிக்கலாம் என்றும், அமெரிக்கா, ஆஸ்திரேலியா என்று உலகம் முழுவதும் சுற்றலாம் என்றும், கார், பங்களா என்று வசதியாக வாழலாம் என்றும்தான் கற்றுக் கொடுக்கப்படுகின்றன.

அதாவது ஒரு மனிதனின் வாழ்வில் பணம் மட்டுமே பிரதானமானது என்பதும், அதற்குப் பெரிய படிப்புப் படிக்க வேண்டும் என்பது மட்டுமே முக்கியக் குறிக்கோளாக வைக்கப்படுகிறது.

ஆக, குழந்தைகளின் மனதில் ஈரத்தை விதைப்பதற்குப் பதிலாக செல்வத்தை மட்டுமே விதைக்கிறோம்.

குழந்தைகளையும் நம்மைப்போலவே நச்சுத்தன்மை வாய்ந்தவர்களாக மாற்றிவிடுகிறோம்.

இவ்வாறான தவறான எண்ணங்களை ஊட்டி ஊட்டி வளர்த்த காரணத்தால் இன்றைய தலைமுறை பணத்தை மட்டுமே தேடுகிறது. அதையே வாழ்க்கை என்று நினைக்கிறது. மனிதநேயம், இளகிய மனம், மிதமான அன்பு, அதிக இரக்கம் போன்றவை வாழ்வின் மற்றொரு பக்கத்திற்குத் தள்ளப்பட்டுவிடுகிறது. மேலும் இவை அனைத்தும் வாழ்க்கைக்குத் தேவையற்றவை என்பது போன்று புறக்கணிக்கப்பட்டும் விடுகிறது.

இது மிகத் தவறு.

அடிப்படைக் கோளாறு.

இங்கிருந்துதான் பகிர்தல் என்கிற விசால உணர்வு சுருங்கி விடுகிறது. அல்லது சுருக்கப்பட்டு விடுகிறது.

ஆனால் இந்த உண்மையை நீங்கள் யாரிடம் சொன்னாலும் அவர்களும் ஒப்புக் கொள்வார்கள். அதேசமயம் இந்தத் தவறை அவர்களைத் தவிர நாட்டில் உள்ள மற்றவர்கள் அனைவரும் செய்வதாகவும் பேசுவார்கள்.

அதாவது தனது தவறை அவர்கள் உணர்வதே இல்லை. உணர்ந்தாலும் தன்னைத் தவிர மற்ற அனைவரும் திருத்திக் கொள்ள வேண்டும் என்று நினைக்கிறார்கள்.

இந்தத் தவறை நாம் சுட்டிக்காட்டினாலும் அதை அவர்கள் ஏற்பதில்லை. மட்டுமல்லாமல் தங்கள் குழந்தையை அப்படி வளர்ப்பதே கிடையாது என்று சாதிப்பார்கள்.

பத்து ரூபாய் கொடுத்துத் தன் குழந்தையைக் கடைக்குப் போய் பொருள் வாங்கி வரச் சொல்வார்கள். வழியில் எதிர்ப்படும் ஒரு

முதியவர் ஒருவர் பசி தாங்காமல் பிச்சை எடுக்கும்போது அவருக்கு அந்தப் பத்து ரூபாயை அக்குழந்தை கொடுத்து உதவுகிறது என்று வைத்துக் கொள்வோம்.

அப்படியானால் அந்தக் குழந்தையால் பொருள் வாங்க முடியாது. வெறுங்கையுடன் வீட்டிற்குத் திரும்பி வந்தால் அந்தக் குழந்தையின் இளகிய நெஞ்சைப் பாராட்டும் பெற்றோர் எத்தனை பேர் இருக்கிறார்கள்?

கொடுத்தது என்னவோ வெறும் பத்து ரூபாய்தான். ஆனால் பத்தாயிரம் ரூபாயைத் தூக்கிக் கொடுத்ததுபோல குதிகுதியென்று குதிக்கும் பெற்றோர்தான் அதிகம். இன்னும் சிலர் ஒரு படி மேலே போய் அக்குழந்தையை அடித்து நொறுக்குவதும் உண்டு.

இப்படிக் குழந்தையை அடிப்பது தவறல்லவா என்று கேள்வி எழுப்பினால், இப்படி அடித்தால்தான் அடுத்த முறை இரக்கம் பார்த்து யாருக்கும் தானம் வழங்காமல் ஒழுங்கு மரியாதையாகச் சொன்ன பொருளைக் கடையில் வாங்கி வரும் என்று நமக்கே விளக்கம் சொல்வார்கள்.

அப்படியானால் ஈவிரக்கம் என்பது எங்கே சிதைக்கப்படுகிறது என்பதை நாம் புரிந்து கொள்ள வேண்டும்.

இப்படிப்பட்ட செயலைத்தான் நம்மில் பலரும் செய்து வருகிறோம். ஆனால் இரக்கம், உதவி, பகிர்வு பற்றி பலரிடமும் வாய்கிழியப் பேசுகிறோம். பலருக்கும் உபதேசம் வழங்குகிறோம்.

முல்லைக்குத் தேர் கொடுத்த பாரி மன்னனைப் பற்றிப் புகழ்ந்து பேசுகிறோம்.

மயிலுக்குப் போர்வை அளித்த பேகன் மன்னனைப் பற்றி உணர்ச்சிவசப்பட்டுப் பேசுகிறோம்.

உண்ண உணவின்றி எழுந்து நடக்கவும் ஜீவனின்றி சாவை எதிர்நோக்கி அமர்ந்திருக்கும் எலும்பும் தோலுமான சிறுவனின் அருகே அவன் உயிர் போகும் தருணத்தை எதிர்பார்த்துக் காத்துக் கொண்டிருக்கும் பிணந்தின்னிக் கழுகைப் புகைப்படம் எடுத்து சமூக வலைத் தளங்களில் வெளியிட்ட புகைப்படக்காரரை மனசாட்டியற்ற மிருகம் என்று திட்டுவோம்.

ஆனால், வாங்கி வந்த விலை உயர்ந்த கேக்கை ஏக்கத்தோடு பார்த்துக் கொண்டிருக்கும் ஏழைச் சிறுவனுக்கு நம் குழந்தை வாரிக் கொடுத்தால் பாராட்டவா செய்கிறோம்?

பகிர்வு என்னும் பக்குவம் நம்மிடையே இல்லாதபோது அது எப்படி நம் அடுத்த தலைமுறையிடம் இருக்கும் என்று எதிர்பார்க்க முடியும்?

நம்மைப் போன்ற நல்ல விஷயங்களை மட்டுமே நாம் நம் குழந்தைகளுக்குக் கற்றுக் கொடுக்க வேண்டும்.

அதற்கு முதலில் நம்மிடம் உள்ள நல்ல விஷயங்கள் என்ன என்பதை நாம் கண்டுணர வேண்டும்.

நிச்சயமாக நம்மிடம் பகிர்தல் என்னும் அற்புதம் முழுமையாக இருப்பதில்லை.

இது உண்மை.

இது நிஜம்.

இதை நாம் எல்லோரும் புரிந்து கொண்டு, நம் குழந்தைகளுக்கு முதலில் 'பகிர்தல்' என்னும் அற்புதத்தை நன்கு உணர்த்த வேண்டும்.

விளையாட்டுப் பொருட்களைப் பிற சிறுவர்களோடு பகிர்ந்து விளையாடக் கற்றுத் தருவதில் இருந்து இந்த பகிர்தல் தொடங்க வேண்டும். அதற்கு ஒரு விளையாட்டுப் பொருளைக் குழந்தைக்கு வாங்கிக் கொடுக்கும்போது, 'இதை உடைச்சா வேற வாங்கித்தர மாட்டேன்' என்று கறாராகப் பேசக்கூடாது.

அவ்வாறு பேசினால் குழந்தைக்கு அந்தப் பொருளைப் பயன்படுத்தி விளையாட வேண்டும் என்ற ஆர்வத்தைவிட

ஊடைந்து போனால் என்ன செய்வது என்ற பயம்தான் முன்னே வந்து நிற்கும்.

இந்தப் பயம் பிற சிறுவர்களோடு அந்தப் பொருளைப் பகிர்ந்து விளையாட அனுமதிக்காது. அச்சிறுவன் உடைத்து விட்டால் என்ன செய்வது என்ற அச்சம் உள்ளே ஆட்டிப் படைப்பதால் சுயநலம் தட்டி எழுப்பப்படுகிறது.

ஆக இதுபோன்ற அச்சத்தை உங்கள் குழந்தைகளின் மனதில் நுழைத்து அவர்களிடம் பகிர்தல் உணர்வைக் கெடுக்கக்கூடாது.

மேலும் உங்கள் குழந்தைகள் எப்போதெல்லாம் விளையாட்டுப் பொருட்களைத் தங்கள் நண்பர்களோடு பகிர்ந்து கொள்கிறார்களோ அப்போதெல்லாம் அவர்களைத் தவறாமல் மனம் திறந்து பாராட்ட வேண்டும்.

இது பகிர்தல் உணர்வை அவர்களுக்குள் மேலும் பல மடங்கு வளர்க்கும்.

இங்கே நடந்த உண்மைச் சம்பவம் ஒன்றை உங்களோடு பகிர்ந்து கொள்வதில் ஆனந்தம் அடைகிறேன்.

கனடா நாட்டைச் சேர்ந்தவர் ஆலன். இவரது மனைவி வயலட் லார்ஜ். முதியவர்களான இவர்கள் இருவரும் 70 வயதானவர்கள்.

இந்த முதிர் வயதில் இவர்களுக்கு ஓர் அதிர்ஷ்டம் அடித்தது. அதாவது ஜாக்பாட் லாட்டரியில் இந்தியப் பணத்திற்கு சுமார் 70 கோடி ரூபாய் பரிசு விழுந்தது.

இது அவர்களை இன்ப அதிர்ச்சிக்குள்ளாக்கியது. மகிழ்ச்சி அடைந்தார்கள். ஆனாலும் இவ்வளவு பெருந்தொகை தங்களுக்குத் தேவையில்லை என்று முடிவு செய்தனர். மேலும் இந்தப் பணத்தை அங்குள்ள ஏழை எளியவர்களுக்குப் பகிர்ந்து அளிக்கவும் ஆசைப் பட்டனர்.

தங்களுடைய உதவியால் ஏழை மக்களின் உள்ளங்கள் சந்தோஷம் அடைவதைப் பார்ப்பதே தங்களுக்குத் திருப்தியைத் தரும் என்றும் நினைத்தார்கள்.

இந்த முடிவை அறிவித்ததும் உலகமே மூக்கின் மேல் விரலை வைத்து வியப்பின் உச்சத்தைத் தொட்டது.

மருத்துவமனைகள், புற்று நோயாளிகளுக்கான சிகிச்சைகள், முதியோர் காப்பகங்கள் என்று துன்பச் சூழலில் சிக்கித் தவிக்கும்

பலவற்றுக்கும் பரிசுத் தொகையை ஆலன் வயலட் லார்ஜ் தம்பதியர் பகிர்ந்தளித்தனர்.

பகிர்ந்தளிப்பதுதான் ஒருவரின் உண்மையான மகிழ்ச்சிக் களம் என்பதை அந்த முதிய தம்பதி உலகிற்கு எடுத்துக்காட்டினர்.

ஆக, பகிர்தல் என்பது பணத்தைப் பகிர்ந்தளிப்பது மட்டுமே என்று தவறாக நினைத்துவிடக்கூடாது.. இப்படி நினைத்துக் கொண்டு சில கோடீஸ்வரர்கள் கோயில் வாயிலில் வரிசையாக அமர்ந்திருக்கும் பிச்சைக்காரர்களுக்கு நூறு ரூபாயாகப் பிச்சை இடுவதும் உண்டு. இப்படிப் பத்து பிச்சைக்காரர்களுக்கு உதவி செய்ய வேண்டும் என்று யாராவது ஜோசியர் சொல்லி இருப்பதாக இதற்கு விளக்கமும் கொடுப்பார்கள்.

உண்மையான அன்பு, இரக்கம், மனித நேயத்துடன் அமையும் பகிர்தல் மட்டுமே முறையானதாகும். ஏதாவது பிரதிபலனை எதிர் பார்த்துச் செய்யும் எந்த மனித நேய உதவிகளும் உண்மையான பகிர்தலாக இருக்கவே இருக்காது.

தள்ளாமையால் நாற்காலியில் இருந்து எழுவதற்குப் போரா டிக் கொண்டிருக்கும் ஒரு முதியவருக்கு புன்னகையோடு கை கொடுத்து உதவுவதுதான் உண்மையான பகிர்தல் ஆகும்.

எந்தவித எதிர்பார்ப்பும் இல்லாத பகிர்தல் ‘பூமராங்’ மாதிரி திரும்பவும் நம்மைத் தேடி வரும். பகிர்தல் என்பது மனதின் அடி ஆழத்தில் இருந்து வரவேண்டும். அதற்கு அன்பும், மனித நேயமும் மட்டுமே இருக்க வேண்டும். ஒருபோதும் சுயநலம் இருக்கக்கூடாது.

‘பகிர்தலைப் பழகிக் கொண்டவர்களுக்கு மனஅழுத்தம் என்பது வருவதே இல்லை’ என்கின்றார்கள் உளவியலாளர்கள்.

‘பகிர்தலின்போது நமது உடலில் நம்பவே முடியாத மாதிரி இரசாயன மாற்றங்கள் நிகழ்வதாகவும், அது மூளையைச் சுறுசுறுப் பாக்கி மனதை ஆனந்தம் அடையச் செய்வதாகவும் அமெரிக்க ஆரிகன் பல்கலைக் கழக ஆய்வு ஒன்றில் தெரிவிக்கப்பட்டுள்ளது.

பரந்த, விசாலமான மனப்பான்மையை உடையவர்கள் உடல் அளவிலும், மனதளவிலும் உற்சாகமாகவும், ஆனந்தமாகவும் இருப்பார்கள் என்கிறார் வெல்லெஸ்லி பல்கலைக் கழக பால் விங் என்னும் ஆய்வாளர்.

அதாவது ஒருவரால் மற்றவருக்குச் செய்ய முடிந்த உதவிகளை செய்ய மறுப்பது அல்லது செய்யத் தயங்குவது நிச்சயமாகப் பகிர்தலுக்கு எதிரானது.

ரயிலில் பயணம் செய்யும்போது மூன்று பேர் அமரக்கூடிய இருக்கையில் நின்று கொண்டிருக்கும் மற்றொரு பயணி அமர நீங்கள் இடம் கொடுத்து நான்கு பேராக அமர்ந்து பயணிக்கலாம்.

இரு சக்கர வாகனத்தில் செல்கிறபோது வழியில் ஒருவர் கை காட்டினால் நிறுத்தி அவரை ஏற்றிக் கொண்டு நீங்கள் செல்லும் வழியில் இறக்கிவிடச் சம்மதிக்கலாம்.

இப்படிச் செய்வதுதான் பகிர்தல்.

இதற்குப் பரந்த மனம் வேண்டும்.

மற்றவர்களுக்கு உதவ வேண்டும் என்ற இளகிய மனம் வேண்டும். இதுபோன்று அடிக்கடி செய்து வந்தால் பகிர்தல் என்னும் நற்பண்பு உங்களிடம் தானாகவே ஒட்டிக் கொள்ளும். எக்காரணம் கொண்டும் உங்களை விட்டு அகலவே அகலாது.

என்றாவது ஒருநாள் வாகனத்தின் பின்புறம் இரக்கப்பட்டு ஏற்றிச் சென்ற நபர் ஏதாவது தவறாக உங்களிடம் நடந்திருக்கலாம். அவ்வாறு ஒருவர் தவறாக நடந்தார் என்பதற்காக யாருக்குமே இவ்வாறு உதவி செய்ய மாட்டேன் என்பது தவறு.

கசப்பான நிகழ்வுகளை ஒரு தடைக்கல்லாக நினைத்துக் கொண்டு பகிர்தலுக்கு முற்றுப்புள்ளி வைப்பது என்பது ஏற்புடையதல்ல.

அத்யாவசியமாக மருத்துவச் செலவுக்குப் பணம் தேவைப்படும் போதுகூடப் பணம் கத்தை கத்தையாக வைத்திருந்தும் தருவதற்கு மறுப்பவர்கள் உண்டு.

ஆனால் அதேநேரத்தில் மதுக்கடைக்கு நண்பர்களை அழைத்துக் கொண்டு கன்னாபின்னாவென்று செலவழிப்பார்கள். அங்கே கணக்கே அவர்கள் பார்ப்பதில்லை.

தங்களுக்கு விருப்பமுடைய செயல் தவறானதாக இருந்தாலும் அதற்காக செலவு செய்வார்கள். ஆனால் பயனுள்ள செயலுக்கு பத்து ரூபாய் கொடுப்பதற்குக்கூட மனம் வராது.

இப்படிப்பட்டவர்கள் சற்று யோசிக்க வேண்டும்.

மது அருந்தினால் அன்றிரவு மட்டுமே அது உங்களுக்கு ஆனந்தத்தையும் உற்சாகத்தையும் மகிழ்ச்சியையும் கொடுக்கும். அதேநேரத்தில் அவசர மருத்துவ உதவி தேவைப்படுபவருக்கு, அனாதைக் குழந்தைகளுக்கு, வயதாகி இயலாமையில் இருப்பவர்களுக்கு தேவையான உதவிகளைச் செய்து பாருங்கள். இதன்மூலம் கிடைக்கும் மகிழ்ச்சி காலம் காலமாக நிலைத்திருக்கும்.

'உன்னால் நூறு பேருக்கு உணவு கொடுக்க முடியாவிட்டால் பரவாயில்லை, ஒருவருக்காவது உணவு கொடு' என்பது அன்னை தெரசாவின் அருள்மொழி.

இங்கு எத்தனை பேருக்கு உதவி செய்கிறோம் என்பது முக்கியம் கிடையாது. உதவி செய்ய வேண்டும் என்ற மனப்பான்மை இருக்க வேண்டும் என்பதுதான் முக்கியம். பிறருக்கு செய்யும் உதவி கடமைக்காக இருக்கக்கூடாது. உள்ளன்போடு இருக்க வேண்டும். நல்ல மனநிலையில் உதவி செய்ய வேண்டும்.

பகிர்தல் என்பதில் அன்பு கலந்திருக்கிறது.

பகிர்தல் என்பதில் விசால மனம் காட்சியளிக்கிறது.

பகிர்தல் என்பதில் உதவி செய்யும் கருணை உள்ளம் மிளிர்கிறது.

பகிர்தல் என்பதில் மனித நேயம் இழையோடுகிறது.

இருப்பதில் கொடுப்பது பகிர்தலின் தொடக்கம். இருப்பதை எல்லாம் கொடுப்பது பகிர்தலின் சிகரம்.

இந்தப் பொன் வரிகளை நாம் நமது வாழ்வின் உறுதிமொழியாக எடுத்துக் கொண்டு அதன் வழி நடக்க முயன்றால் நாமும் நன்றாக இருப்போம். இந்த நாடும் நன்றாக இருக்கும்.

நான்கு

ஈரம்

ஈரம் என்றால் இளகிய என்று பொருள். மனதில் ஈரம் வேண்டும் என்றால் இளகிய மனதைக் கொண்டிருக்க வேண்டும் என்று அர்த்தம்.

ஓர் உயிர் துடிப்பதைப் பார்த்து மனம் வேதனைப்பட்டால் அதுவே ஈரம். இப்படி யொரு ஈரம் இருந்தால் மட்டுமே அந்தத் துடிக்கிற உயிருக்கு ஏதாவது ஆறுதல் வார்த்தைகளைக் கூறும் மனம் வரும்.

ஏதாவது உதவி செய்து முடிந்த அளவிற்குக் காப்பாற்ற வேண்டும் என்ற எண்ணம் முளைக்கும்.

யாருக்கு மனதில் ஈரம் இருக்கிறதோ இல்லையோ ஒரு மருத்துவருக்கு நிச்சயம் வேண்டும். அது இருந்தால் மட்டுமே சிகிச்சை செய்து அவரை எப்படியாவது பிழைக்க வைக்க வேண்டும் என்ற உந்துதல் அவருக்கு ஏற்படும்.

ஒருவேளை ஈரம் இல்லாத மருத்துவராக இருந்தால், இந்த நோய்க்குச் சிகிச்சை அளிப்பதாகக் கூறி அவரிடம் இருந்து எவ்வளவு பணம் பறிக்கலாம் என்ற ஒரே நோக்கம் மட்டுமே இருக்கும்.

இந்த ஈரம் என்பது குழந்தை முதலே விதைக்கப்பட வேண்டும். அதைப் பெற்றோரும், ஆசிரியரும் மட்டுமே சிறப்பாகச் செய்ய முடியும்.

தெரு நாய் தானே என்று கல்லை விட்டு அடிக்கும்போது அது கத்துவதைப் பார்த்து சிறுவர்கள் கூட்டம் வேடிக்கையாக மகிழ்வது உண்டு.

பிற உயிரின் வேதனை வேடிக்கை அல்ல என்பதை அக் குழந்தைகளுக்கு எடுத்துச் சொல்வது பெரியவர்களின் கடமை.

அடித்தால் வலிக்கும் என்பதை அச்சிறுவர்கள் உணரச் செய்ய வேண்டும். அப்படி யாராவது அடித்தால் அவர்களைத் தடுத்து நிறுத்த வேண்டும் என்ற அறிவுரையும் சொல்ல வேண்டும்.

சிறு வயதிலேயே ஈரம் என்னும் கருணை விதையை விதைக்க வேண்டும். பின்னர் அன்பு என்னும் தண்ணீரைப் பாய்ச்சி அந்தப் பயிரை வளர்த்திட வேண்டும்.

குழந்தை பிறந்து அதற்குப் பேசச் சொல்லிக் கொடுக்கும் போதே சாதி, சமயம், பகைமை, பழிவாங்கல் போன்ற நச்சுக் கருத்துகளைப் போதிப்பது மிகவும் தவறு.

இந்தப் பிரிவினைக் கருத்துகளைக் குழந்தைப் பருவத்திலேயே கற்றுக் கொடுப்பதால் அந்தப் பிஞ்சு உள்ளம் கறை படிந்து போகிறது.

பின்னர் கறையை நீக்குவது என்பது அத்தனை சுலபமல்ல. எவ்வளவு சலவைத் தூளைப் பயன்படுத்தினாலும் பலன் கிடைப்பது எளிதானதல்ல.

குழந்தைகள் பள்ளிக்குச் செல்கிறபோது சுத்தமான வெள்ளை நிறக் காகிதமாய் அப்பழுக்கற்று இருக்கிறார்கள். அவர்கள் உள்ளம் தூய்மையின் இருப்பிடமாக அமைந்திருக்கிறது. கடவுள் வாழும் இல்லம் என்பதே பொருத்தமாக இருக்கும்.

கருணை, அன்பு, கனிவு, தயவு என்பனவற்றை அந்த வெள்ளை நிறக் காகிதத்தில் எழுதிக் கொடுப்பதே நம் பணியாக இருக்க வேண்டும்.

இப்படிச் செய்வதால் குழந்தை முதலே அந்த உள்ளம் ஈரம் படிந்ததாக மாறுகிறது. இரக்கமும், அன்பும் அந்த உள்ளத்தில் சுரக்கிறது.

இந்தப் பணி அல்லது பங்களிப்பு பெற்றோர்கள், ஆசிரியப் பெருமக்கள் மற்றும் அரசாங்கத்தின் முக்கிய கடமையாக இருக்கிறது.

இள நெஞ்சங்கள் மற்றவர்களை நேசிப்பதில் ஆர்வம் கொள்கின்றன. மற்றவர்களோடு அன்பு செலுத்துவதில் ஆசைப் படுகின்றன.

அந்த அன்பை, பாசத்தை, நேசத்தை மேலும் மேலும் வளர்ப்பதில் அனைவரும் ஆர்வம் காண்பிக்க வேண்டும். அதற்காகப் பாடுபட வேண்டும்.

சிறுவயதிலேயே அவர்கள் நெஞ்சங்களை ஈரம் படிந்ததாக மாற்றிவிட்டால் நாளைய உலகம் மகத்தானதாக மாறிவிடும்.

அங்கே சண்டை சச்சரவுகள் பெருமளவில் குறைந்து போகும்.

சாதி, சமய, மொழி வேறுபாடுகள் முற்றிலுமாக மறைந்து போகும்.

பொறாமை போன்ற தீய குணங்கள் அகன்றுவிடும்.

புதிய சகாப்தத்தைப் படைக்க முடியும்.

மகிழ்ச்சியும், உற்சாகமும், வளர்ச்சியும் நிறைந்த ஒரு புதிய உலகத்தை உருவாக்க முடியும்.

வயது, அனுபவம் போன்றவற்றில் முதிர்ச்சி அடைந்த நாம் இள வயதிலேயே நன்னீரைப் பாய்ச்சுவதற்குப் பதிலாக, கழிவு நீரைப் பாய்ச்சி அந்த இள உள்ளங்களைக் கெடுத்துக் குட்டிச் சுவராக்கிக் கொண்டிருக்கிறோம்.

சிறார் சிறைச்சாலை இன்னும் இருக்கிறதென்றால் அது நம் சமூகத்திற்கு மிகப் பெரிய அவமானம் என்பதை பெரியவர்களாகிய நாம் இன்னும் உணரவில்லை.

மனம் என்பது ஒரு கோயில்.

அது இறைவன் வாழும் புனிதத் தலம்.

அதை எப்போதும் புனிதமாகவே வைத்துக் கொள்ள வேண்டும்.

இப்படிப்பட்ட மனதை நல்வழிப்படுத்த எத்தனையோ வழிகள் இருந்தாலும் நாம் சராசரியான வாழ்வை மட்டுமே நாடுகிறோம்.

புனிதத் தலமான நமது மனம் பிறக்கும்போது காற்றுகூட இல்லாத வெற்றிடமாகத்தான் படைக்கப்படுகிறது.

இந்த வெற்றிடத்தில் எதைச் செயல்படுத்துகிறோமோ அதுவாக மனமும் மாறிச் செயல்படுகிறது.

பொதுவாக நேர்மறை எண்ணங்களைவிட எதிர்மறை எண்ணங்களுக்கு சக்தி அதிகம். சட்டென்று ஒட்டிக் கொள்வதில் எதிர்மறை எண்ணங்களே முன்னிலை வகிக்கும்.

அதாவது கோபம், வெறுப்பு, பொறாமை, காமம், பொய் போன்ற எதிர்மறை எண்ணங்கள் மட்டும் அன்பு, ஈரம், தயவு, கருணை போன்ற நேர்மறை எண்ணங்களைப் பின்னுக்குத் தள்ளிவிட்டு முன்னணியில் வந்து நிற்கின்றன.

ஆக எதை ஒரு குழந்தையின் மனதில் விதைக்கிறோமோ அதைச் சார்ந்த குணங்களே உருவாகின்றது.

இதைப் பெரியவர்கள் உணர வேண்டும்.

நேர்மறைக் கருத்துக்களை ஒருமுறைக்குப் பலமுறை குழந்தைகளின் மனதில் அழுத்தமாக விதைக்க வேண்டும்.

அப்போதுதான் பழுதடைந்த மனங்கள்கூட சுத்தமாகி இறைவன் வாழும் இல்லமாக மாறும்.

எண்ணங்களின் வடிவமைப்புகளை மாற்றிக் கொள்வதன் மூலம் நம்முடைய மனங்கள் பண்படுத்தப்படுகின்றன.

தேவையற்ற சிந்தனைகளை மனதில் இருந்து அகற்றி எண்ணங்களைச் சுத்தப்படுத்திக் கொள்வது போன்ற பயிற்சிகள் அளிக்கப்பட வேண்டும்.

நல்ல விஷயங்களுக்காகச் சொல்லப்படும் வார்த்தைகளும் நேர்த்தியுடன் நல்ல காரியங்களைச் செய்து முடிக்கும் மன உறுதியும் ஏற்படும்போது மனதில் அமைதி ஏற்படும்.

சில நேரங்களில் மகிழ்ச்சியான விஷயங்கள்கூடத் துன்பத்தைத் தந்துவிடுகின்றன. அதேநேரத்தில் பெரும் துன்பம் தரும் விஷயங்கள் இன்பத்தைத் தருகின்றன.

ஏன் அப்படி?

நமது எண்ணங்களே இதற்கு அடிப்படைக் காரணம்.

ஆக, எண்ணங்களைச் சரிசெய்தாலே மன அழுத்தத்தைப் போக்கிக் கொள்ள முடியும். மகிழ்ச்சியை வரவழைத்துக் கொள்ளவும் முடியும்.

வலிமை மிக்க சொல்லை எந்தக் கோணத்தில் செயல்படுத்துகிறோமோ, அவ்வாறே அந்தச் செயல் இனிமையானதாகவோ அல்லது துன்பம் தருவதாகவோ அமைகிறது.

மனிதப் பிறவி என்பது மகத்தானது. தெய்வீகத் தன்மை மிக்கதாகக் கூறுவார்கள்.

இத்தகைய ஓர் உயர்ந்த பிறவியை எடுத்துள்ள நாம் மற்றவர்களோடு உண்மை, பணிவு மற்றும் நம்பிக்கையுடன் நடந்து கொள்வது கண்டிப்பான அவசியம்.

பணிவு என்பது மனித குலத்திற்கு மட்டுமே உரியது.

மனித வாழ்வில் உயர்வு - தாழ்வு என்பது தவிர்க்க முடியாத ஒன்று. பிறக்கும்போதே சிலர் உடலமைப்பில் சில குறைகளுடன் பிறக்கலாம்.

செவி கேட்காமல் போகலாம்.

பார்வை இழந்த நிலையில் பிறந்திருக்கலாம்.

கை, கால் ஊனத்துடன் பிறந்திருக்கலாம்.

இவ்வாறு பிறக்கும்போதே குறைபாடுகளுடன் பிறந்திருக்கலாம்

இதனால் அங்கங்களில் குறைபாடுள்ளவர்கள் உயர்ந்தவர்கள் என்றும், மற்றவர்கள் தாழ்ந்தவர்கள் என்றும் நினைப்பது எப்படி நியாயமாக இருக்க முடியும்?

வளரும்போதும் சில குறைபாடுகள் இருக்கத்தான் செய்யும். சிலர் ஆறரை அடி உயரத்துடன் வளர்ந்திருக்கலாம். சிலர் நான்கடி உயரத்துடன் குள்ளமாகக் காட்சியளிக்கலாம்.

இந்த ஏற்றத் தாழ்வுகள் இயற்கையின் அம்சங்கள்.

அதற்காக உயரமானவர்தான் உயர்வானவர் என்றோ, குள்ளமாக இருப்பவர்கள் தாழ்ந்தவர்கள் என்றோ எப்படிச் சொல்ல முடியும்?

சிலருக்கு அதிர்ஷ்டம் கூரையைப் பிய்த்துக் கொண்டு செல்வ மழையைப் பொழியலாம். கோடிக் கோடியாகப் பணம் அவருக்குக் கொட்டலாம்.

சிலர் வறுமையின் கோரப் பிடிக்குள் சிக்கி, வருமானமே இல்லாமல் துயரத்தின் உச்சத்தில் இருக்கலாம்.

இதற்காகச் செல்வச் செழிப்பில் இருப்பவர் உயர்ந்தவர் என்றும், வறுமையில் உழல்பவர் தாழ்ந்தவர் என்றும் நினைப்பது முறையா?

ஒரு மனிதன் வாழ்வில் உயர்வடைகிறபோது பணிவு என்பது கண்டிப்பாகத் தேவை. பணிவோடு இணைந்த உயர்வே ஒருவரை உலகின் முன் உண்மையாகவே உயர்ந்தவராகக் காண்பிக்கும். இப்படிப்பட்ட உயர்வுதான் நிரந்தரமாகவும் நீடிக்கும்.

மேலும் ஒரு மனிதர் எப்போது உயர்ந்தவராகிறார் தெரியுமா?

அவர் கோடீஸ்வரராகும்போது கிடையாது.

அவர் படிப்பில் உயர்ந்த நிலையை அடையும்போதும் கிடையாது.

அவர் நாட்டின் உயர்ந்த பதவியை அடைகிறபோதும் கிடையாது.

பிறரோடு உண்மையான அன்பைக் காட்டுகிறபோது மட்டுமே ஒருவர் உயர்ந்தவராகிறார்.

பிறரின் துன்பங்களைப் பகிரும்போதுதான் ஒருவர் உயர்ந்தவர் என்னும் அற்புத நிலையை அடைகிறார்.

பிறரின் கஷ்டத்தில் பங்கெடுக்கும்போது மட்டுமே ஒருவர் மிக உயந்தவராகிறார்.

தூய உள்ளம் வேண்டும்.

நல்ல அன்பு வேண்டும்.

உண்மையான பாசம் வேண்டும்.

இணையத்தில் படித்த ஒரு நெகிழ்வுச் சம்பவம் இப்போது நினைவில் வருகிறது. அதனை இங்கே பகிர்ந்து கொள்வது மிகப் பொருத்தமாக இருக்கும்.

ஒரு முதியவர். அவருக்கு வயது சுமார் 65 இருக்கலாம். ஐந்தாண்டுகளுக்கும் மேலாக நடைபாதையில் ஒரே இடத்தில் அமர்ந்தபடி பிச்சை எடுத்துக் கொண்டிருந்தார்.

போவோர் வருவோர் ஒரு ரூபாய், இரண்டு ரூபாய் என்று வீசும் பிச்சைக் காசுகள் நாளொன்றுக்கு 10 ரூபாய் கிடைக்கலாம். சில தினங்கள் 50 ரூபாய் கூடக் கிடைக்கலாம்.

இதுதான் அவர் வருமானம்.

இதை வைத்துத்தான் அவர் சாப்பிட வேண்டும்.

அவர் வாழ்க்கையை நடத்த வேண்டும் என்று சொல்ல முடியாது.

ஏனென்றால் வாழ்க்கை என்பது வெறும் உணவு அருந்துவ தோடு முடிந்துவிடுவதில்லை. உடை, உறைவிடம், பயணம், உறவுகள் என்று இன்னும் பல அம்சங்கள் கொண்டது வாழ்க்கை.

அந்த நடைபாதையில் தினமும் சென்று கொண்டிருந்தவர் களில் கல்லூரி மாணவியும் ஒருவர்.

இந்த முதியவரைப் பார்க்கும் போதெல்லாம் அந்தப் பெண்ணின் மனதிற்குள் ஏதோ ஓர் இனம் புரியாத சங்கடம் சக்திவாய்ந்த மின்னலைப்போல சரக்கென்று வெட்டிச் செல்வதை அவர் உணர்ந்தார்.

ஒருநாள் கல்லூரிக்குத் தாமதமாகச் சென்றாலும் பரவா யில்லை என்று அந்த முதியவரின் அருகே சென்று அமர்ந்தார். அவரையே ஒருவித கருணை பொங்கும் விழிகளோடு பார்த்தார்.

“என்னம்மா வேணும் தாயீ?” என்று குழப்பமாகக் கேட்டார் முதியவர்.

“உங்களப் பத்தித் தெரிஞ்சுக்கணும்னு ஆசையா இருக்கு தாத்தா” என்றாள் அந்தப் பெண்.

அவளை வித்தியாசமாகப் பார்த்த முதியவர், அவள் எதைப் பற்றித் தெரிந்து கொள்ள விரும்புகிறாள் என்று புரியாமல், குழப்பத்தோடு பார்த்தார்.

"ரொம்ப நாளா உங்களக் கவனிக்கிறேன். பகல் முழுசும் நீங்க இங்கேயேதான் இருக்கிறீங்க. உங்களுக்குன்னு வீடு, வாசல், குடும்பம் இல்லியா?" என்று அந்த முதியவரின் குழப்பத்தை உணர்ந்து கொண்டவளாக விவரமாகக் கேட்டாள் அந்த மாணவி.

இப்போது அவருக்குக் கேள்வியின் அர்த்தம் புரிந்துவிட்டது. இதற்கு என்ன பதில் சொல்ல வேண்டும் என்பதும் தெரிந்து விட்டது.

தனது வாழ்க்கை வரலாற்றை நறுக்கென்று இரத்தினச் சுருக்கமாகக் கண்களில் ஈரம் கசியக் கூறினார்.

தனியார் நிறுவனம் ஒன்றில் கணக்கராகப் பணியாற்றினார். அவருக்குக் குழந்தை பாக்கியம் கிட்டவில்லை. அவர் பணியில் இருந்து ஓய்வு பெற்ற நிலையில், கடந்த ஐந்து ஆண்டுகளுக்கு முன்பு அவரது மனைவியும் இறந்து போனார்.

உறவுகள் இருந்தாலும் யாருக்கும் பாரமாக இருக்க வேண்டாம் என்று நினைத்து ஊரை விட்டே யாரிடமும் சொல்லாமல் கொள்ளாமல் புறப்பட்டு வந்துவிட்டார்.

வயதான நிலையில் எங்கும் வேலை கிடைக்கவில்லை.

பசி, பட்டினி.

உண்பதற்கு ஏதாவது கொஞ்சம் சாப்பாடு கிடைத்தால் போதும் என்ற நிலைமைக்குத் தள்ளப்பட்டார். துண்டை விரித்துக் கொண்டு இந்த இடத்திலேயே பிச்சை எடுக்கும் தொழிலைத் தொடங்கிவிட்டார்.

இதுதான் இவரது கதைச் சுருக்கும்.

கிட்டத்தட்ட நான்கு மணி நேரத்தில் தனது வாழ்க்கை வரலாற்றைச் சொல்லி முடித்திருந்தார் அந்த முதியவர்.

இதற்கு மேல் கல்லூரிக்கும் செல்ல முடியாது.

அந்த இளம் பெண்ணின் கண்கள் ஈரத்தால் பிசுபிசுத்தன. "பசிக்குது அய்யா, உங்ககிட்ட இருக்கிற ரொட்டிய நான் கொஞ்சம் சாப்பிடட்டுமா?" என்று ஆவலாய்க் கேட்டாள்.

திக்குமுக்காடிப்போனார் பெரியவர். எதுவும் பேசாமல் அந்தக்

காய்ந்துபோன ரொட்டித் துண்டை எடுத்து நீட்டினார். அதை ஆவலோடு அவசரஅவசரமாகச் சாப்பிட்டார் அந்த மாணவி.

பின்னர் எழுந்து, முதியவரின் கரடு முரடாகத் தாடி வளர்ந்து கிடந்த கன்னத்தை வாஞ்சையுடன் தடவிக் கொடுத்தாள். அவர் கன்னத்தில் அழுத்தமாக ஒரு முத்தத்தைப் பதித்துவிட்டு விடை பெற்றுக் கொண்டு போய்விட்டாள்.

இத்தனை நேரம் அவருடன் உரையாடி, அவரது சோக வரலாற்றைக் கேட்டும் அவருக்குப் பிச்சை எதுவும் போடாமலேயே சென்றுவிட்டாள் அந்தக் கல்லூரி மாணவி.

இதையெல்லாம் கவனித்துக் கொண்டிருந்த பக்கத்துக் கடைக்காரர் முதியவரிடம், "யாரந்த பொண்ணு? சொந்தமா?" என்று கேட்டார்.

"யாருன்னே தெரியாது சாமீ" என்றார் அந்தப் பெரியவர் அப்பாவியாக.

"இம்புட்டு நேரம் உங்கிட்ட பேசி, உங்க கதைய எல்லாம் கேட்டுச்சு. ஆனா அஞ்சோ, பத்தோ பிச்சைக்கூடப் போடலியே?" என்றார் கடைக்காரர் மெல்லிய கோபம் இழையோட.

கடைக்காரரை ஒரு மாதிரியாகப் பார்த்த முதியவர், "அஞ்சோ, பத்தோ வேணாம். லட்ச ரூபாய அந்தப் பொண்ணு எனக்குக் குடுத்துட்டுப் போனா மாதிரி சந்தோஷமா இருக்கு. அவளோட மகனைப் போல எங்கிட்ட நடந்துகிட்ட அந்தப் பொண்ணு, சின்ன வயசிலேயே இழந்த என்னோட தாயை ஞாபகப்படுத்திட்டுப் போறா. என்னை எல்லாரும் பிச்சைக்காரனா பார்க்கிறப்ப அந்தப் பொண்ணு எங்கிட்டேருந்து ரொட்டிய வாங்கி சாப்பிட்டதே, இதவிட வேற என்ன அங்கீகாரம் எனக்கு வேணும்? போதும், இந்த வாழ்க்கையில இந்த ஒண்ணே எனக்குப் போதும்" என்றார் உணர்ச்சிப் பெருக்குடன் கண்ணீர் சிந்தியவராக.

அந்த முதியவருக்கு அந்தக் கல்லூரி மாணவியைப் பற்றி எதுவும் தெரியாது என்றாலும் அந்தக் கடைக்காரருக்கு நன்றாகவே தெரியும் அந்தப் பெண்ணை.

பக்கத்தில் மிகப் பெரிய கோடீஸ்வரர் வீட்டுப் பெண். வீட்டில் நான்கைந்து கார் இருந்தும் எளிமையை விரும்பி தினமும் நடந்தே கல்லூரிக்குச் சென்றுவரும் இளம் மங்கை அவள்.

மனதில் உண்மையான அன்பும், பரிவும், பாசமும், எளிமையும் இருந்தால் மட்டுமே இதுவெல்லாம் சாத்தியம்.

ஐந்து

வெற்றிக்கு வழி அமைதி

அமெரிக்காவின் நியூயார்க் நகரில் எஷிவா பல்கலைக் கழகத்தில் கூடுதல் இணை உளவியல் பேராசிரியர் டாக்டர் எட்வர்ட் ஹாஃப்மன்.

உளவியல் தொடர்பாக இருபத்தைந் திற்கும் மேற்பட்ட நூல்களை எழுதி யுள்ள இவரது நூல்களில் இருந்து சில முக்கிய மன வளம் தொடர்பான கருத்துக் களை நாம் தெரிந்து கொள்ளலாம்.

'மனதின் அமைதி என்பது அறிவின் சின்னங்களில் ஒன்று' என்பது மிகப் பழமையான வாசகம்.

'ஒருவர் எந்த அளவு அமைதியாக இருக்கிறாரோ அந்த அளவு அவர் வெற்றி பெறுகிறார். தாக்கத்தை ஏற்படுத்துகிறார். நன்மை செய்கிறார்' என்கிறார் பிரிட்டீஷ் தத்துவவியலாளர் ஜேம்ஸ் ஆலன்.

இவர் தொடக்கத்தில் தொழில்துறையில் பணியாற்றினார். பின்னர் தத்துவஞானியாக உருவெடுத்தார். தனது வாழ்க்கையின் மூலம் இவர் கற்றறிந்த முக்கியமான ஒன்று 'அமைதி' என்பதே.

'அமைதியாக இருப்பவருடன் பழகவே அனைவரும் விரும்புவார்கள்' என்ற உயரிய உண்மையைக் கண்டறிந்தார் ஆலன்.

எதிர்மறைக் கருத்துக்களைக் கொண்டிருப்பவருக்கே நல்ல ஆதரவு கிடைக்கும். ஏனென்றால் அதுதான் மக்களை உடனடியா கக் கவர்ந்திழுக்கும். இதைத்தான் சமூக அறிஞர்களும் அதிகமாக விரும்பினர்.

ஆனால் இப்போது மிகப் பெரிய மாற்றம் ஏற்பட்டுள்ளது. நேர்வித மனோநிலைக்கு அதிக முக்கியத்துவம் கொடுக்க ஆரம்பித்துள்ளனர். சுய கட்டுப்பாடு எனப்படும் குணத்தைக் கடைப்பிடித்தால் அதற்குத் தனிப்பட்ட முக்கியத்துவம் கிடைக்கும் என்பதே நிஜம்.

சுய கட்டுப்பாடு பற்றிய பல்வேறு மருத்துவ பரிசோதனை ஆய்வுகள் நடத்தப்பட்டன. அவற்றின் முடிவில், சுய கட்டுப்பாடு இல்லாதவர்கள் மனநலம் சார்ந்த பிரச்சனைகளில் சிக்கித் தவிப்பது தெரியவந்தது. அதாவது நாள்பட்ட பதற்றம், மன அழுத்தம், தீய பழக்கங்களுக்கு அடிமையாதல் போன்றவற்றால் பாதிக்கப்பட்டு வாழ்வில் சிதைந்து போகிறார்கள்.

மனநலம் பாதிக்கப்படுவதால் உடல் நலமும் கெட்டுப் போய் பல்வேறு நோய்களின் தாக்கத்திற்கு ஆளாக நேரிடுகிறது. தூக்கம் விலகிப் போகிறது.

எனவே அமைதி என்னும் மகத்தான ஒன்றைக் கடைப்பிடித் தால் வாழ்வில் வசந்தம் வீசும் என்பது எட்வர்ட் ஹாஃப்மனின் அழுத்தமான வாதம்.

உள்ளம் அமைதி பெறுவதற்கு முக்கியமாக பத்து அம்சங் களை நினைவில் நிலைநிறுத்தி அதன்படி செயல்படுவது அவசியம் என்று பெரியோர் சொல்கின்றனர்.

அது என்ன பத்து அம்சங்கள்?

1. வற்புறுத்திக் கேட்காமல் உதவி செய்ய வேண்டாம்

நம்மில் பெரும்பாலோர் மற்றவர்கள் கேட்காமலேயே அவர்களுக்கு வலியச் சென்று உதவி செய்வார்கள். 'ஊருக்காக உழைக்கும் உத்தமன்' என்பதாக ஓர் நினைப்பு.

ஆனால் இப்படி உதவி செய்ததே அவர்களுக்குப் பிரச்சனை யாக வந்து முடியும். தேவையில்லாமல் அவர்களுக்கு இடையே இருந்த நட்பில் விரிசல் விழுந்து விடும்.

பூங்காவில் தினமும் காலையில் நடைப் பயிற்சி செய்கிறபோது ஒரு பெரியவரைப் பார்ப்பேன். மெல்ல மெல்ல நடந்து வந்து பெஞ்சில் அமர்ந்து கொள்வார். வயது எப்படியும் எழுபதைத் தாண்டும்.

என்னைப் பார்த்ததும் சிரித்துக் கொண்டே வணக்கம் செலுத்துவார். யாரிடமும் எந்தப் பேச்சும் வைத்துக் கொள்ள மாட்டார். பூங்காவில் நடக்கும் நிகழ்வுகளை வேடிக்கைப் பார்த்துக் கொண்டிருப்பார்.

ஒருநாள் நடைப் பயிற்சியை முடித்துவிட்டு பெஞ்சில் அவர் அருகே அமர்ந்திருந்தபோது, “எனக்கு எங்காவது வேலை வாங்கிக் கொடுக்க முடியுமா?” என்று கேட்டார்.

அப்போதுதான் அவர் ஏதோ பிரச்சனையில் வாழ்கிறார் என்பது எனக்குத் தெரிந்தது.

எங்கோ கிராமத்தைச் சேர்ந்தவர். நிலபுலன்களை விற்றுத் தனது மகனைப் படிக்க வைத்தார். மகனும் நன்றாகப் படித்து ஒரு பெரிய நிறுவனத்தில் வேலை பார்க்கிறார். திருமணமும் ஆகிவிட்டது.

வயதான காலத்தில் வருமானம் கிடையாது என்பதால் தனது ஒரே மகனுடன் வசித்து வருகிறார். ஆனால் அவரது மருமகள் ஈவிரக்கமற்றவர். மூன்று வேளையும் ‘ஏதோ’ உணவு கிடைக்கும். இரவில் வீட்டிற்கு வெளியேதான் படுத்துத் தூங்க வேண்டும்.

எப்போதாவது காபி, டீ குடிக்க வேண்டும் என்றால் வீட்டில் கிடைக்காது. தெரிந்தவர் யாரிடமாவது பத்தோ, இருபதோ வாங்கி டீக்கடைக்குச் சென்றால்தான் உண்டு.

அவரது நிலைமை எனக்கு மிகுந்த வருத்தத்தைத் தந்தது. எப்படியாவது அவருக்கு ஒரு வேலை வாங்கிக் கொடுக்க வேண்டும் என்று தோன்றியது.

அந்த நேரத்தில் நண்பர் ஒருவர் அவரது அடுக்குமாடிக் குடியிருப்பில் வாட்ச்மேன் வேலைக்கு ஆள் தேவை என்று கூறியிருந்தது நினைவிற்கு வந்தது.

அந்தப் பெரியவரிடம் அதைப் பற்றிப் பேசினேன்.

“நைட் ஷிப்ட்னா ரொம்ப நல்லது. சம்பளம் எவ்வளவு குடுத்தாலும் பரவாயில்லை. எனக்குக் கைச் செலவுக்கு ஏதாவது கிடைச்சாப் போதும். இந்த வேலைய வாங்கிக் குடுத்தா உங்களுக்கு புண்ணியம் கிடைக்கும்” என்று உணர்ச்சிவசப்பட்டுப் பேசினார்.

அடுத்த நாளே அந்த நண்பரிடம் பேசினேன். பெரியவரை நேரில் பார்த்த அவர்கள் சம்மதித்தும் விட்டனர்.

ஆக, பெரியவருக்கு வேலை கிடைத்துவிட்டது.

எனக்கு மகிழ்ச்சியோ மகிழ்ச்சி.

இரண்டு தினங்கள் கடந்த நிலையில் நண்பரைச் சந்தித்தேன். எப்போதும் என்னிடம் கலகலப்பாகப் பேசும் அவர், அன்று சற்றுக் கோபமாக எகிறினார். “என்ன ஆளச் சேத்துவிட்டீங்க! அந்தப் பெரியவருக்கு கண் பார்வையே சரியில்லை. மோட்டார் சுவிட்சைப் போடுங்கன்னு சொன்னா சுவத்தில போய் தடவிக்கிட்டிருக்கிறார். என்னான்னு கேட்டா, எனக்கு பார்வை சரியில்ல. நீங்க வேற யாரையாவது வேலைக்கு வச்சுக்கோங்கன்னு சொல்லிட்டு அவர் பாட்டுக்குப் போயிட்டார்” என்றார்.

எனக்கு ஒரு மாதிரியாகப் போயிற்று.

அடுத்த நாள் பூங்காவிற்குச் சென்றபோது அந்தப் பெரியர் அதே பெஞ்சில் அமர்ந்திருந்தார்.

“என்னங்க பார்வை கம்மின்னு சொல்ல வேண்டாமா? அதுக்காக வேற ஆளப் பார்த்துக்கோங்கன்னா சொல்வீங்க?” என்று அமைதியாகக் கேட்டேன்.

அதற்கு அந்தப் பெரியவர் சொன்ன பதிலும், அதைச் சொன்ன விதமும் எனக்குத் தூக்கிவாரிப்போட்டது.

“என்ன பெரீய வேல... வெறும் வாச்மேன் வேல. அதுவும் நைட் ஷிப்ட் வேற... அஞ்சாயிரம் சம்பளமாம். அந்தக் காலத்தில ஒரு நாளைக்கே அஞ்சாயிரம் சம்பாரிச்சவன். பிச்சைக்காரக் காசு. எங்கிட்ட எதுவும் பேசாதீங்க சார்... பேசாமப் போயிடுங்க...” என்றார்.

திடுக்கிட்டுப்போன நான், இதை நினைத்து சில நாட்கள் என் தூக்கத்தையும் இழந்தேன்.

உதவி செய்தது தப்பா?

நம் வழியே மிகச் சிறந்த வழி என்றும், நம் லாஜிக்கே மிகச் சிறந்த லாஜிக் என்றும் தனக்குத் தானே ஒரு அபார நம்பிக்கையை

வளர்த்துக் கொள்கிறோம். நம்முடைய வழிக்கு மற்றவர்களையும் கொண்டு வந்துவிட வேண்டும் என்றும் நினைத்து செயல் படுகிறோம்.

இப்படியொரு எண்ணத்தை நம் உள்ளத்தில் அழுத்தமாக வளர்த்துக் கொள்வதுதான் அடுத்தவர்களின் பிரச்சனைகளில் அதிகப்படியாக மூக்கை நுழைப்பதற்கு அடிப்படையாக அமைகிறது.

இது தனித்துவத்தை மதிக்காத தன்மை.

கடவுள் ஒவ்வொருவரையும் ஒவ்வொரு தனித்துவம் மிக்கவ ராகத் தனித்தன்மையுடன் படைத்திருக்கிறார். அவர்களை உங்கள் வழிக்குக் கொண்டுவர வேண்டும் என்று வலியுறுத்துவது எப்படி சரியாக இருக்க முடியும்?

கடவுளின் படைப்பையே மாற்றி அமைக்கத் துடிப்பது எந்த வகையில் சிறந்ததாக இருக்கும்?

உங்கள் வழி உங்களுக்குச் சிறந்ததாகத் தோன்றலாம். ஆனால் அது உண்மையிலேயே சிறந்ததுதான் என்று சொல்லும் உரிமை உங்களுக்குக் கிடையாது. அதை மற்றவர்கள்தான் சொல்ல வேண் டும்.

ஒரே மாதிரியான சிந்தனைகளை உடைய இரண்டு பேரை நீங்கள் எங்குமே பார்க்க முடியாது. ஒரே தாயின் வயிற்றில் பிறந்த சகோதரர்கள்கூட இருவேறு சிந்தனைகளைக் கொண்டவர்களாகத் தான் இருப்பார்கள்.

இதுதான் யதார்த்தம். இதுதான் இயற்கையின் விந்தை.

ஒவ்வொருவரும் அவரவரின் தனித்தன்மையுடன் செயல்பட வேண்டும் என்பதுதான் கடவுளின் விருப்பம். அவரவர் வழியில் பயணிக்கவே அவர் தூண்டுகிறார்.

எனவே நீங்கள் உங்கள் வேலையில் மட்டும் கவனம் செலுத் துங்கள். அதன்மூலம் உங்கள் மனதை அமைதியாக வைத்துக் கொள்ளுங்கள்.

2 மறப்போம், மன்னிப்போம்

மறதி என்பது மன அமைதிக்கு மாமருந்து.

யாராவது நம் மனதை நோகடிக்கிற மாதிரி நடந்து கொண்டாலும், அவமானப்படுத்தினாலும், தீங்கு விளைவித்தாலும்,

திட்டினாலும் அவர்கள் மீது கோபம் கொள்கிறோம். அவர்கள் மீது தவறான எண்ணத்தை வளர்த்துக் கொள்கிறோம். அவர்களை எப்படியாவது பழி வாங்க வேண்டும் என்ற வன்மத்தை உருவாக்கிக் கொள்கிறோம்.

இதனால் நிம்மதியை இழக்கிறோம்.

நல்ல தூக்கத்தை இழக்கிறோம்.

வயிற்றில் புண்களை வரவழைத்துக் கொள்கிறோம்.

இரத்த அழுத்தத்தை அதிகரித்துக் கொள்கிறோம்.

இப்படிப்பட்ட அவமானப்படுத்துதல், அசிங்கப்படுத்துதல், ரணப்படுத்துதுல் போன்றவை எப்போதோ ஒருமுறை நிகழும்.. ஆனால் இந்த நினைவு நம் மனதில் திரும்பத் திரும்ப வந்து அலை மோதுகிறது.

இவ்வாறு மனதிற்குள் சுழன்றடிப்பதால் அவர் மீதான வன்மம் அதிகமாகி ஒரு கட்டத்தில் அது நிரந்தரமாக நம்முள் தங்கியும் விடுகிறது.

இது மிகத் தவறான பழக்கம்.

உங்கள் மனதையும் புண்படுத்தி, மற்றவர்களின் மனதையும் புண்படுத்துவதால் நீங்கள் அடையப் போகும் நன்மை என்ன?

வாழ்க்கை என்பது நீர்க்குமிழி போன்றது. அது எப்படி உருவாகிறது, எப்படி உடைந்து காணாமல் போகிறது என்பது எந்த மனிதனுக்கும் தெரியாத உண்மை.

அப்படிப்பட்ட மிகக் குறுகிய கால வாழ்வில் எதற்காக இத்தகைய கேடுகெட்ட விஷயங்களுக்கு முக்கியத்துவம் கொடுக்க வேண்டும்?

எந்தவொரு அவமானத்தையும் அவமானமாகக் கருதாமல் நமக்குக் கற்றுத் தந்த பாடமாகக் கருதினால் மனம் நிச்சயம் வலிக்காது.

மேலும் இதுபோன்ற செயல்களை, சட்டையில் இருக்கும் தூசைத் தட்டிவிடுவதைப் போன்று தட்டிவிட்டு அடுத்து என்ன என்று உங்கள் பயணத்தைத் தொடர வேண்டும்.

ரொம்பவும் நெருக்கமாகப் பழகிய நண்பர்தானே உங்கள் மனம் வலிக்கிற மாதிரி நடந்து கொண்டார்.

பரவாயில்லை.

அவர் உங்களுக்குச் செய்த நற்செயல்கள், உதவிகளை நினைத்துப் பார்த்து, இந்த ஒரு விஷயத்தை மனதிற்குள்ளிருந்து அகற்றி விடுங்கள்.

மறப்போம்.. மன்னிப்போம்.. என்ற அதி உன்னதமான எண்ணத்தை மனதில் நிலைநிறுத்திக் கொண்டு தொடர்ந்து அவர்கள் மீது அன்பைச் செலுத்துங்கள்.

இது உங்கள் வாழ்வில் மகிழ்ச்சியையும், ஆனந்தத்தையும் கொடுக்கும். உங்கள் நட்பை மென்மேலும் வளர்க்கும்.

3. அங்கீகாரத்திற்காக அலைய வேண்டாம்

பெரும்பாலான மனிதர்கள் இந்தச் சமூகத்தில் ஒரு அங்கீகாரம் கிடைக்க வேண்டும் என்பதற்காகவே நாக்கைத் தொங்க விட்டுக் கொண்டு அலைந்து கொண்டிருக்கிறார்கள்.

ஒருவர் சக்திமிக்கவராகவும், செல்வச் செழிப்பானவராகவும் இருந்தால் அவர்களிடம் இருந்து தனக்குத் தேவையானதைப் பெறுவதற்காகப் பாராட்டுகிறார்கள்.

எங்கு சந்தர்ப்பம் கிடைக்கிறதோ அங்கெல்லாம் அவர்களைப் புகழ்ந்து பாராட்டி உச்சந்தலையில் டன் கணக்கில் ‘ஐஸ்’ வைக்கிறார்கள்.

இன்றைய புகழ்ச்சி நிரந்தரமானதாக நீங்கள் நினைத்தால் நிச்சயமாக நீங்கள் ஒரு வடிகட்டின முட்டாளாகத்தான் இருப்பீர்கள்.

அவர்களின் புகழ்ச்சிக்குக் காரணம் நிச்சயமாக ஏதோ ஒரு சுயநலம்தான்.

நீங்கள் அதிகாரமிக்க பதவியில் இருந்தால் உங்கள் மூலமாக அவருக்குத் தேவையான ஏதோ ஒன்றை சாதித்துக் கொள்ள விரும்பியே இந்த மாதிரி நடந்து கொள்கிறார்.

நீங்கள் கல்லூரியில் பணியாற்றினால் அவரது குழந்தை அல்லது வேறு யாருக்கோ உங்கள் கல்லூரியில் சீட் வாங்க வேண்டும் என்கிற சுயநலம் காரணமாக இருக்கலாம்.

மேலும் இத்தகைய சுயநலவாதிகளின் பாராட்டு மழை நீங்கள் அந்தப் பதவியில் இருக்கிற வரை மட்டுமே நீடிக்கும். நீங்கள் ஓய்வு பெறுகிறபோது உங்களை ஓரங்கட்டி, அந்தப் பதவியில் வேறு யார் அமர்கிறார்களோ அவர்களுக்கு வெண் சாமரம் வீசத் தொடங்கிவிடுவார்கள்.

புதிதாகப் பதவியில் அமர்ந்தவரிடம் உங்களிடம் உள்ள தவறுகள் என்னவென்று பட்டியலிட்டுக் கூறுவார்கள்.

ஆக, ஒன்றைப் புரிந்து கொள்ள வேண்டும்.

இத்தகைய சுயநலவாதிகளின் அங்கீகாரத்தைப் பெறுவதற்காக ஏன் நீங்கள் உங்களை வருத்திக் கடுமையாக முயற்சிக்க வேண்டும்? கடினமான உழைப்பை ஏன் சிந்த வேண்டும்?

அங்கீகாரத்திற்காக அலைவதால் தவிர்க்க முடியாத கேடுகள் தான் வந்து சேருமே அல்லாமல் அதனால் எந்தப் பயனையும் நீங்கள் அடையப் போவதே கிடையாது.

எனவே எவருடைய அங்கீகாரத்தையும் பெற வேண்டும் என்று நினைக்காமல் உங்கள் செயலை திறமையோடும், நேர்மை யோடும், உண்மையோடும் செய்து கொண்டே இருங்கள். அதற் கான உண்மையான, நிரந்தர அங்கீகாரம் உங்களைத் தேடி வரும்.

4 பொறாமை வேண்டாம்

பொறாமை பொல்லாதது. அது உங்களை அணுஅணுவாக அழித்துவிடும்.

நீங்கள் கஷ்டப்பட்டு, உயிரைக் கொடுத்து ஒரு செயலைச் செய்வீர்கள். ஆனால் அதற்கான பலன் மற்றொருவருக்குக் கிடைக்கும்.

இது தவிர்க்க முடியாத ஒன்று.

ஆனால் சகித்து ஏற்றுக்கொண்டே ஆக வேண்டிய உண்மை நிலை.

நீங்கள் பல ஆண்டுகளாக உழைத்து உழைத்து ஓடாகத் தேய்ந்து போயிருப்பீர்கள். எந்தவிதப் பலனும் கிடைத்திருக்காது.

ஆனால் அதே செயலை அண்மையில் புதிதாக வந்த ஒருவர் அதிகமாகக் கஷ்டப்படாமல் செய்து முடித்திருப்பார். ஆனால் அவருக்கு மிகப் பெரிய ஆதாயம் கிடைத்திருக்கும்.

இதற்கு என்ன காரணம் என்று விளக்கம் தேடுவதால் பயன் எதுவும் இருக்கப் போவதில்லை.

ஆனால் பெரும்பாலான மனிதர்கள் இத்தகைய ஒரு சோக நிகழ்வைத்தான் தங்கள் வாழ்வில் எதிர்கொள்கிறார்கள்.

நீங்கள் கடின உழைப்பாளியாக இருந்தும், நீங்கள் கடமையே கண்ணாக இருந்தும், நீங்கள் அல்லும் பகலும் அதே நினைவாக உழைத்தும் உங்களுக்குக் கிடைக்காத பேரும், புகழும், லாபமும் புதிதாக வந்தவருக்குக் கிடைத்துவிட்டதே என்று நீங்கள் அவர் மீது பொறாமை கொள்வீர்கள்.

அவரது வளர்ச்சி உங்களுக்கு வயிற்றெரிச்சலைக் கொடுக்கும்.

இந்த மாதிரியான பொறாமை மற்றும் வயிற்றெரிச்சலால் உங்களுக்கும் அதே லாபமும், பேரும் உடனே கிடைத்துவிடுமா?

அல்லது புதிதாக வந்தவரின் லாபம் உடனே நஷ்டமாகி விடுமா?

இந்தப் பொறாமை எண்ணம் வந்தால் அதனால் இன்னும் அதிக இழப்பைப் பெறப்போவது நிச்சயம் நீங்கள்தான்.

பொறாமை காரணமாக மனம் படபடப்பை அடையும். சதா சர்வகாலமும் வளர்ச்சிச் சிந்தனைக்குப் பதிலாகப் பொறாமைத் தீயின் வெப்பம்தான் அதிகமாகும்.

இதனால் உடல்நலம் பாதிக்கும்.

மனநலம் பாதிக்கும்.

வயிற்றில் புண் வரும்.

தேவையா?

இத்தகைய பொறாமை தேவையா?

எதற்கும் ஒரு நேரம், காலம் வரவேண்டும். நீங்கள் தலைகீழாக நின்றாலும் உங்களுக்கு எப்போது நல்லது நடக்க வேண்டும் என்று கடவுளால் விதிக்கப்பட்டுள்ளதோ அப்போதுதான் அது நடக்கும்.

நீங்கள் பணக்காரராக வேண்டும் என்றிருந்தால் அது எந்த வகையிலாவது நடந்தே தீரும். அதுவரை பொறுத்திருக்க வேண்டும்.

மற்றவரைப் பார்த்து ஏன் பொறாமை கொள்ள வேண்டும்? அவர் லாபத்தை அடைய வேண்டும் என்றிருக்கிறது. அதை அவர் அனுபவிக்கிறார் என்று நினைக்கப் பழக வேண்டும்.

பொறுமையாகக் காத்திருக்க வேண்டும்.

பொறாமையைக் கொன்றொழிக்க வேண்டும்.

5. சூழலுக்கேற்ப மாற்றிக் கொள்ளுதல்

பிடிவாதம் என்பது ரொம்பவும் ஆபத்தானது. சிலபேர் அதைப் பிடித்துத் தொங்கிக் கொண்டே இருந்து தங்கள் வாழ்வில் நிம்மதியைக் கெடுத்துக் கொள்வார்கள்.

சூழ்நிலைக்கேற்ப மாறிக் கொள்ள வேண்டும். அதாவது வெப்பப் பிரதேசத்தில் இருந்து மலைப் பிரதேசத்திற்கு சுற்றுலா செல்கிறீர்கள். உங்கள் சொந்த ஊரில் இருந்ததுபோலவே வெறும் பனியன் மட்டும்தான் அணிந்து கொள்வேன் என்று வறட்டுப் பிடிவாதம் பிடித்தால் முடியுமா?

மலைப் பிரதேசத்திற்கு என்றே இருக்கும் அசாத்திய குளிரைத் தாங்குவதற்கேற்ற உடைகளை நீங்கள் அணிந்து கொள்ளத்தான் வேண்டும்.

புதிதாக வேறொரு இடத்திற்குக் குடிபோகிறீர்கள். நிச்சயமாக பழைய இடத்தைப் போன்று அந்த இடம் இருக்காது. சில குறை நிறைகள் இருக்கத்தான் செய்யும்.

அங்கே தண்ணீர் செழிப்பாக இருந்திருக்கும். புதிய வீட்டில் தட்டுப்பாடாக இருக்கலாம்.

அங்கே நல்ல சிமெண்டு ரோடு போட்டிருக்கலாம். மழை பெய்தால் தண்ணீர் தேங்கவே தேங்காது. ஆனால் புதிய இடத்தில் சாலை வசதி இருக்காது. மழை பெய்தால் தண்ணீர் ஆங்காங்கே குளம், குட்டையைப்போலத் தேங்கி நிற்கலாம்.

இப்படி எத்தனையோ வித்தியாசங்கள் இருக்கத்தான் செய்யும். இந்தப் புதிய இடத்திற்குத் தகுந்தபடி நாம் நம்மை மாற்றிக் கொள்ளத்தான் வேண்டும். அதைவிடுத்து பழைய இடத்தைப் பற்றியே பேசிக்கொண்டு, அப்படித்தான் இங்கேயும் இருப்பேன் என்று அடம்பிடித்தால் அதனால் உங்களுக்குத்தான் நஷ்டம்.

உங்கள் மனவருத்தம்தான் அதிகரிக்குமே தவிர வேறு எதுவும் நடக்கப் போவதில்லை.

உங்கள் சுற்றுப்புறத்தை நீங்கள் தனியாக மாற்ற முயற்சி செய்தால் நீங்கள் தோற்றுப் போவீர்கள். மாறாக, உங்கள் சுற்றுப் புறத்துக்குத் தகுந்தாற் போல் வாழ்கிற மாதிரி உங்களை மாற்றிக் கொள்ளுங்கள்.

அவ்வாறு நீங்கள் செய்தால், உங்களுக்கு விருப்பம் இல்லாத அந்தச் சுற்றுப்புறத்தில் கூட அதிசயமான மாற்றம் நிகழும். இனிமை உங்களுக்குக் கூடிவரும்

6 பொறுத்துக் கொள்ளப் பழகுதல்

பொறுமை வேறு; பொறுத்துக் கொள்ளப் பழகுதல் என்பது வேறு.

இரண்டுக்கும் உள்ள வித்தியாசம் நூலிழை போன்றதுதான். பொறுமை என்பது காத்திருத்தல். அதாவது ஒரு பெண் தாய்மைப் பேறை அடைந்து குழந்தைக்காகப் பத்து மாதங்கள் காத்திருக்க வேண்டும். அதற்குள் அந்தக் குழந்தையைப் பிறக்கச் செய்துவிட வேண்டும் என்று அவசரப்படக்கூடாது.

வெற்றியை அடைய வேண்டுமென்றால் அதற்குப் பொறுமை மிக அவசியம். பொறுத்துக் கொள்ளுதல் என்பது நிச்சயமாக மனித சக்தி யால் முடியாத ஒன்றை வேறு வழியில்லாமல் தாங்கிக் கொள்ள வேண்டும்.

அதாவது எங்கோ பயணிக்கும்போது பெரும் விபத்தில் உங்கள் வாகனம் சிக்கிக் கொண்டுவிடுகிறது. சம்பவத்தில் ஒருவரின் ஒரு கால் முற்றிலுமாகச் சிதைந்து போய்விடுகிறது. இதுபோன்ற தருணத்தில் அந்தக் காலை மருத்துவர்கள் அகற்றிவிடுவார்கள்.

இது தவிர்க்க முடியாதது.

இதுவரை இரு கால்களால் ஓடியாடிக் கொண்டிருந்தவர் இனிமேல் ஒரு காலை மட்டுமே வைத்துக் கொண்டு வாழ்க்கைச் சக்கரத்தில் சுற்றியே ஆக வேண்டும்.

இதுபோன்ற ஒரு வாழ்க்கையை வாழ்வதற்கு நீங்கள் பழகிக் கொள்ள வேண்டும். அதாவது இதனால் ஏற்படும் சவால்களை நிச்சயமாகத் தாங்கிக் கொள்ள வேண்டும்.

தீமையை நன்மையாக மாற்றுவதற்கான வழிமுறையே இது.

நம் கட்டுப்பாட்டில் அடங்காத ஏராளமான தொல்லைகள், நோய்கள், விபத்துகள் என்று பலவற்றை நாம் அன்றாடம் சந்திக்கிறோம்.

சில நேரங்களில் இவற்றை நம்மால் கட்டுப்படுத்திவிட முடியும். ஆனால் பல நேரங்களில் அதற்குச் சாத்தியமே இல்லை. அப்படியானால் அதனை நாம் எதிர்கொண்டே ஆக வேண்டும். அதனைச் சகித்துக் கொள்ளப் பழகிக் கொள்ள வேண்டும்.

இதற்கு உங்கள் மீது நிச்சயமான நம்பிக்கையை வைக்க வேண்டும். அது பொறுமை, சக்தி, மன உறுதி போன்றவற்றை உங்களுக்கு வழங்கும்.

7 உங்கள் சக்தியை உணர்ந்து கொள்ளுங்கள்

உங்கள் தகுதி என்ன, உங்கள் திறமை என்ன, உங்கள் சக்தி என்ன என்பதை முதலில் நீங்கள் நன்கு உணர்ந்து கொள்ள வேண்டும். அதற்கேற்ற செயல்களை மட்டுமே செய்ய வேண்டும்.

மிகப் பெரிய உடல் வனப்பு இருக்கிறது என்பதற்காகப் பயிற்சியே இல்லாமல் மல்யுத்தக் களத்திற்குள் இறங்குவது வெற்றியைத் தருமா?

எப்போதோ, ஏதோ ஓரிடத்தில் சில நிமிட நேரம் மட்டுமே அறிமுகமான ஒரு பிரபலமானவரை நன்றாகத் தனக்குத் தெரியும் என்று வீண் ஜம்பம் அடிப்பவர்கள் நிறைய பேர். அப்படிச் சொல்வதால் தனது பெருமை இன்னும் உயர்வதாக நினைத்தே இப்படி நடந்து கொள்கிறார்கள்.

ஆனால் இதை உண்மை என்று நம்பி, அந்தப் பிரபலத்தின் மூலமாக ஒரு காரியம் ஆக வேண்டும் என்று உங்களின் நெருங்கிய உறவினரோ, நண்பரோ வந்து நின்றால் உங்கள் நிலைமை என்னவாகும்?

தங்கள் இமேஜ் இதன்மூலம் நொறுங்கிப் போய்விடக்கூடாது என்று பயந்து அதனைச் செய்து தருவதாக வாக்களிப்பவர்கள் தான் நிறைய பேர்.

அப்புறம் நாள்தோறும் அந்த மனிதர் நடையாய் நடந்து ஓய்ந்து போவதுதான் மிச்சமாக இருக்கும். ஒன்றும் நடக்காது. இவரால் அந்தப் பெரியவரின் நிழல் அருகே கூடச் செல்ல முடிய வில்லை என்ற உண்மை பல நாட்களுக்குப் பிறகுதான் தெரியவரும்.

இந்த அசிங்கத்தை ஊரில் உள்ளவர்களிடம் எல்லாம் போய்ச் சொல்லி, இவர் பெயர் கேவலப்படுத்தப்படும்.

தன்னால் முடிந்ததை, தனது சக்திக்கு உட்பட்டதை மட்டுமே செய்து தருவதாக ஒப்புக்கொள்ள வேண்டும். முடியாத ஒன்றாக இருந்தால் அதனை வெளிப்படையாகவே விளக்கிக் கூறிவிட்டால் அந்த நேரம் மட்டுமே வலி மிக்கதாக இருக்கும். அதன்பின்னர் சகஜநிலை திரும்பிவிடும்.

அதிகப்படியான பொறுப்புகளை எடுத்துக்கொள்வதால் உங்கள் செருக்கு வேண்டுமானால் திருப்தி அடையலாம். ஆனால் உங்கள் பெயர் மாறவே மாறாத இழுக்கைப் பெற்றுவிடுகிறது.

உங்களின் உச்சவரம்பு என்னவென்பதை உணர்ந்து கொண்டு அதிகப்படியான கவலைகள் தரக்கூடிய அதிகச் சுமைகளை எடுத் துக் கொள்வதைத் தவிர்க்க வேண்டும். இல்லையென்றால் மன அமைதி கெட்டுப் போய்விடும்.

தன்னிலை ஆய்வு முக்கியம். இதற்கு தியானம் கைகொடுக்கும். அதனை முடிந்த அளவு செய்து வந்தால் மனச் சுமைகள் குறையும். மன அமைதி கிடைக்கும்.

8. தியானம் அவசியம்

மனதைத் தொந்தரவு செய்யும் தவறான எண்ணங்களில் இருந்து விடுதலை பெறுவதற்கு உள்மன ஆய்வு செய்து கொள்ள வேண்டும். அது தியானத்தின் மூலமே சாத்தியப்படும்.

தினமும் குறைந்தபட்சம் அரை மணி நேரம் தியானம் செய்யப் பழகிக் கொண்டால் அது அடுத்த 24 மணி நேரம் மனதை அமைதியாக இருக்கச் செய்யும்.

மனதிற்குள் கெட்ட எண்ணங்கள் படிவதைத் தடுக்கும் சக்தி தியானத்திற்கு உண்டு. தியானம் செய்வதால் மனம் இலகுவாக மாறுகிறது.

உடல் அழுக்கைப் போக்குவதற்குக் குளிப்பது எவ்வாறு அவசியமாக இருக்கிறதோ அதுபோலவே மன அழுக்கைப் போக்குவதற்கு தியானம் அவசியம்.

மனதை ஒருமுகப்படுத்துவது என்பது ஆரம்பத்தில் மிகவும் கடினமானதாகத்தான் இருக்கும். ஆனால் முயற்சி திருவினையாக் கும். திரும்பத் திரும்ப தியானம் செய்வதின் மூலமாக அந்தப் பயிற்சியில் நீங்கள் அற்புதமான வெற்றியைப் பெற முடியும்.

தியானத்தின் அளவை மெல்ல மெல்ல அதிகமாக்கிக் கொண்டே இருந்தால் அந்த அளவிற்கு உங்கள் மனம் வளத்தைப் பெறும்..

இதன்மூலம் உங்கள் திறமை அதிகரிக்கும். உங்கள் மன வலிமை பெருகும்.

மிகக் குறுகிய காலத்தில் நல்ல நேர்மையான விளைவுகளை உருவாக்கும் சக்தியைப் பெற முடியும்.

9. மனம் வெற்றிடமாக இருத்தல் கூடாது

மனம் வெற்றிடமாக இருக்கக்கூடாது. அவ்வாறு இருந்தால் அந்த வெற்றிடத்தை அசுத்தம் நிறைந்த காற்று ஆக்ரமித்துக் கொள்ள நேரிடும்.

வெற்றிடமாக உணரும்போது உடனடியாக நேர்மறை எண்ணங்களால் மனதை நிரப்பிவிடுங்கள். பயனுள்ள எண்ணங்களை அதனுள் திணித்துவிடுங்கள்.

எப்போதும் மனதை சுறுசுறுப்பாக வைத்திருங்கள். குதூகல மாக வைத்திருங்கள். சந்தோஷமாக வைத்திருங்கள். சலிப்பில்லாமல் வைத்திருங்கள்.

உங்களுக்கு விருப்பமான செயலைச் செய்வதன் மூலம் இத்தகைய மகிழ்ச்சிகரமான மனதைப் பெற இயலும்.

மகிழ்ச்சி, நிறைவு என்பது எதில் கிடைக்கிறது என்பதை நீங்கள் தீர்மானித்துக் கொள்ளுங்கள். ஆனால் அவை எதிர்மறை எண்ணம் சார்ந்ததாக இருந்துவிடக் கூடாது என்பதில் மட்டும் கவனமாக இருக்க வேண்டும்.

சிலருக்குக் குழந்தைகளோடு விளையாடி, கொஞ்சி, பாடம் சொல்லிக் கொடுப்பது மன நிறைவைத் தரலாம்.

வேறு சிலருக்கு கடவுளை நினைத்துப் பாடல்களைப் பாடுவது மகிழ்ச்சி அளிக்கலாம்.

இன்னும் சிலருக்கு ஏதாவது சமூகப் பணியில் ஈடுபடுவது சந்தோஷத்தைத் தரலாம்.

இதில் எது உங்களுக்கு நிறைவைத் தருகிறதோ அதில் உங்களை ஈடுபடுத்தினால் மனம் நிறைவாக இருக்கும். எப்போதும் குதூகலத்துடன் இருக்கும்.

பணத்தைத் தேடுவதுதான் உற்சாகத்தைத் தரும் என்பதுதான் பலரது விருப்பமாக இருக்கிறது.

ஆனால் பணம் என்பது இயற்கையின் வடிவம் கிடையாது. அது ஒரு செயற்கை. மனிதன் வகுத்துக் கொண்ட நியதி.

செயற்கை எப்போதும் நிரந்தரம் கிடையாது.

இயற்கைதான் உண்மையானது.

இயற்கைதான் கடவுளால் அர்ப்பணிக்கப்பட்டது.

இயற்கைதான் உன்னதமானது.

இயற்கைதான் நிரந்தரமானது.

இயற்கைதான் அற்புதமானது.

எனவே இயற்கையாக அமைந்தவற்றைத் தேடுங்கள். அதற்காக உங்கள் பொன்னான நேரத்தைச் செலவிடுங்கள்.

அதுதான் உண்மையான மன அமைதியைக் கொடுக்கும். உண்மையான சந்தோஷத்தைக் கொடுக்கும். மன நிறைவைக் கொடுக்கும்.

10. நேரத்தை வீணாக்க வேண்டாம்

தோல்வியைக் கண்டு துவளக்கூடாது. எந்தவொரு செயலை முதலில் தொடங்கும்போது அது உடனடியாக வெற்றியை ஈட்டும் என்று எதிர்பார்க்கக் கூடாது.

ஒரு செயலைச் செய்கிறபோது இதனைச் செய்யும் வலிமை இருக்கிறதா, இல்லையா என்று யோசித்துக் களமிறங்குவது சரியானதே. ஆனால் அவ்வாறு யோசிப்பதற்கு நிறைய கால அவகாசத்தை எடுத்துக் கொள்வது ஆபத்தானது.

ஒரு கிலோ மீட்டர் தூரத்தை நடந்து செல்வது என்பது அத்தனை பெரிய விஷயம் ஒன்றும் கிடையாது. ஆனால் அவ்வாறு நடக்க முடியுமா, முடியாதா என்று கவலைப்பட்டு, அதனை யோசித்து, யோசித்துக் காலம் கடத்தி நேரத்தை வீணாக்குவது தவறு.

இத்தகைய பயனற்ற மனப்போராட்டங்களால் உங்களின் நாட்கள் வீணாகும். வாரங்கள் வீணாகும். மாதங்கள் வீணாகும். ஏன், ஆண்டுகள்கூட வீணாகும்.

ஒரு செயல் இப்படித்தான் செய்ய வேண்டும் என்று நீங்கள் திட்டமிடலாம்.

தவறு கிடையாது.

ஆனால் உங்கள் திட்டத்தின்படி மட்டுமே நடக்க வேண்டும் என்று நினைப்பது தவறே.

எதிர்காலத்தில் நடப்பதை முன்னரே முழுமையாக உணர்ந்து கொள்வது என்பது எந்தவொரு மனித சக்தியாலும் முடியாது.

அது கடவுளின் கையில் இருக்கிறது.

அவர் நினைத்த மாதிரிதான் நடக்கும்.

இந்த நம்பிக்கையை உங்கள் மனதில் அழுத்தமாகப் பதித்துக் கொள்ளுங்கள்.

ஆனால் உங்களுக்கான நேரத்தின் மதிப்பை மட்டும் உணர்ந்து கொண்டு, செய்ய வேண்டிய செயலைப் பற்றி யோசித்துக் கொண்டிருக்காமல் உடனடியாகக் களத்தில் இறங்கிச் செயல்பட வேண்டும்.

அண்ணாந்து வானத்தைப் பார்த்து யோசித்துக் கொண்டே இருக்காமல் துணிந்து செயல்பட வேண்டும்.

தோல்வி வந்தால், எதனால் வந்தது என்று யோசிக்க வேண்டும். என்ன மாதிரியான தவறைச் செய்ததாகக் கண்டுபிடித்தால், அந்தத் தவறு மீண்டும் நடக்காதவாறு உங்கள் செயல் திட்டத்தை மாற்றி அமைத்துக் கொள்ள வேண்டும்.

கடந்துபோன நிகழ்வுகளில் இருந்து அனுபவத்தைப் பெறலாம். ஆனால் அந்த நினைவை நினைத்து வருந்திக் கொண்டும், ஏங்கிக் கொண்டும் இருப்பதால் பயனில்லை.

எது நடந்ததோ அது இறைவனின் ஆணைப்படியே நடந்தது என்று நினைத்து மீண்டும் உற்சாகத்தை இழக்காமல், தன்னம்பிக்கையை இழக்காமல் செயலில் இறங்க வேண்டும்.

அழுது புலம்பிக் கொண்டே இருப்பதால் என்ன பயன்?

ஆறு

சுயகட்டுப்பாடு

தன்னிச்சையாக, விருப்பம்போல மூக்கணாங்கயிறு இல்லாமல் அலையும் மனதைக் கட்டுப்படுத்தி அடக்கி வைப்பதுதான் சுயகட்டுப்பாடு. எண்ணங்களைச் சரியான வழித்தடத்தில் திசை திருப்பும் ஆற்றலைக் கொண்டிருப்பது சுயகட்டுப்பாடு.

அதாவது சுயகட்டுப்பாடு என்றால் மனதை ஒரு குறிப்பிட்ட வழியில் சிந்திக்க விடாமல் கட்டாயப்படுத்தித் தடுத்து நிறுத்தி வைப்பது என்றுதான் நாம் நினைக்கிறோம். உணர்வுகளை அடக்கி ஆள்வது என்று புரிந்து கொள்ளப்படுகிறது.

இது மிகக் கடினமானது என்ற எண்ணம் நம்மில் பலருக்கும் உள்ளது. எனவே சுயக்கட்டுப்பாடு என்று

யாராவது பேசினால்கூட அதைக் கேட்காமல் விலக்கி வைத்து விடுகிறோம். அதனை முற்றிலுமாகக் கைவிட்டுவிட்டோம்.

சுயகட்டுப்பாடு என்பது நம் மனதைக் கட்டாயப்படுத்தி அடக்கி வைப்பது என்று நினைக்காமல், நமது எண்ணங்கள் மற்றும் மன உணர்வுகளை ஆளும் அதிகாரத்தைக் கையில் எடுத்தக் கொள்வது என்று நினைக்க வேண்டும்.

எவ்வளவு பெரிய சவால்களை எதிர்கொள்ள வேண்டி இருந்தாலும் எண்ணங்களைச் சரியான வழியில் திசை திருப்ப வேண்டும். அப்போது எண்ணங்கள் வேறெங்கும் அலைபாய்வதை அனுமதிக்கக் கூடாது.

இதுபோன்ற செயல்பாடுகள் காரணமாக மனதை ஆக்கப் பூர்வமாக மாற்றிக் கொள்ள முடிகிறது. அத்துடன் எதிர்கொள்ளப் போகும் பிரச்சனைகளுக்கு விரைவாகவும், சுலபமாகவும் தீர்வு கண்டுபிடிக்க முடிகிறது.

ஒருமையுள் ஆமைபோல் ஐந்தடக்கல் ஆற்றின்
எழுமையும் ஏமாப் புடைத்து

'ஆமை தன் நான்கு கால், ஒரு தலை ஆகிய ஐந்து உறுப்பு களையும் ஆபத்து வரும்போது ஓட்டுக்குள் மறைத்துக் கொள்வது போல, ஒருவன் தன் ஒரு பிறப்பில் மெய், வாய், கண், மூக்கு, செவி ஆகிய ஐந்து பொறிகளையும் அறத்திற்கு மாறான தீமை வரும் போது அடக்கும் ஆற்றல் பெறுவான் என்றால், அது அவனது ஏழு பிறப்பிலும் அரணாக இருந்து உதவும்' என்கிறார் வள்ளுவப் பெருந்தகை

ஒரு மனிதன் இன்பமாகவும், பாதுகாப்பாகவும் வாழ்வதற்கு புலன் அடக்கம் இன்றியமையாதது. இதுவே சுயக்கட்டுப்பாடு.

உடல், உள்ளம், உணர்வு, உயிர் என்னும் நான்கு நிலைகளிலும் பண்போடு பக்குவமாக வாழ வேண்டும் என்றால் அதற்கு சுயக்கட்டுப்பாடு மிக அவசியம்.

'களவையும் கற்று மற' என்பார்கள்.

அதாவது அனைத்தையும் தெரிந்து கொள்வது தவறே கிடையாது. ஆனால் அது இல்லாமல் வாழவே முடியாது என்று நினைத்து அதற்கு அடிமையானால் அதுதான் தவறு.

உதாரணமாக வீட்டில் டிவி இருக்கிறது. பொழுது போவதற் காக அதில் ஒரு குறிப்பிட்ட நிகழ்ச்சியைத் தவறாமல் பார்த்துக் கொண்டிருக்கிறீர்கள்.

அந்த நிகழ்ச்சி மெல்ல மெல்ல உங்களைத் தன் பக்கமாக ஈர்த்துவிடுகிறது. ஒரு கட்டத்தில் குறிப்பிட்ட நேரம் வந்தாலே அந்த நிகழ்ச்சிதான் நினைவிற்கு வரும். அதைப் பார்த்தால்தான் அடுத்த வேலையே ஓடும்.

சில நேரங்களில் அந்தக் குறிப்பிட்ட நேரத்தில் வேறு ஏதாவது முக்கியமான வேலை இருந்தால்கூட அந்த நிகழ்ச்சியைப் பார்ப்பதற்கே அதிமுக்கியத்துவம் அளிக்கத் தோன்றும்.

இதுதான் அடிமையாகுதல்.

இரவு ஏழு மணிக்கு டாஸ்மாக்கிற்குப் போனால்தான் ஆயிற்று என்று நினைக்கும் ஒருவனைக் கன்னாபின்னாவென்று திட்டும் நாம், அதே மாதிரியான தவறைத்தான் டிவி பார்த்தே ஆக வேண்டும் என்று பைத்தியம் பிடித்ததுபோல நடந்து கொள்வதிலும் இருக்கிறோம்.

எதற்கும் அடிமையாகவே கூடாது.

ஒருவரின் அன்பை ரசிக்கலாம்.

ஒருவரின் அன்பை ஏற்றுக்கொள்ளலாம்.

ஒருவரின் அன்பை விரும்பலாம்.

ஆனால் அந்த அன்பிற்கு அடிமை மட்டும் ஆகவே கூடாது.

அது உங்கள் மனதை உங்களால் கட்டுப்படுத்த முடியாத குணநலனைத்தான் வெளிப்படுத்தும்.

சுயகட்டுப்பாடு இல்லாதவர்கள் மட்டும்தான் இப்படி தன்னிலை மறந்து காணப்படுவார்கள்.

வாழ்வில் நிதானமும், கட்டுப்பாடும் இருந்தால் மட்டுமே வெற்றியையும், முன்னேற்றத்தையும் அடைய முடியும்.

அதற்கு -

சுயகட்டுப்பாடு வேண்டும்.

அமெரிக்காவைச் சேர்ந்தவர் ஸ்டீவ் பாவ்லினா. தன்னம் பிக்கை கட்டுரை எழுத்தாளர். இவர் சுயகட்டுப்பாடு பற்றி எழுதி யுள்ள அம்சங்கள் நிச்சயமாக நாம் தெரிந்து கொள்ள வேண்டியது.

'சந்தர்ப்ப சூழ்நிலையை அறிந்து அதற்கேற்ப செயல்பட வேண்டும். அப்போது உங்கள் மனநிலை எந்த நிலையில் இருந்தா லும் அதைக் கட்டுப்படுத்திக் கொள்ள வேண்டும். இதுதான் சுயக்கட்டுப்பாடு' என்கிறார் ஸ்டீவ்.

ஒருவருக்கு தனது தாய்மொழியைத் தவிர வேறு மொழியே தெரியாது என்று வைத்துக் கொள்வோம். அவருக்கு வேற்று மொழி பேசும் ஊரில் பணிபுரிய அழைப்பு வந்தால் அவர் என்ன செய்வார்?

நிச்சயமாக முதலில் அந்த ஊரில் பேசும் மொழியைப் பேச விரும்புவார். அந்த மொழி தெரிந்தவரிடம் கற்றுக் கொண்டால் மட்டுமே அது சாத்தியம்.

அதற்காக ஒரு ஆசிரியரை ஏற்பாடு செய்து ஒரே நாளில் அந்த மொழியைக் கற்றுக் கொள்ள முடியுமா? குறைந்தபட்சம் ஒரு மாதமாவது வேண்டாமா?

ஒரு மாதம் கற்றாலும் அந்த மொழியை சரளமாகப் பேசிவிட முடியாது. நிறைய பயிற்சிகளை மேற்கொண்டால் மட்டுமே நன்றாகப் பேச முடியும்..

எந்தவொரு செயலையும் செய்வதற்கு முன்பு அதுபற்றிய அடிப்படை அறிவைத் தெரிந்து கொள்ள வேண்டும். நிறைய பயிற்சிகளை மேற்கொள்ள வேண்டும்.

அப்படித்தான் சுயகட்டுப்பாடு என்பதும்.

இதனைப் பெற வேண்டுமென்றால் சில அடிப்படை பயிற்சிகளை மேற்கொள்ள வேண்டியது அவசியம்.

அதற்கு என்ன செய்ய வேண்டும்?

உங்களிடம் உள்ள தவிர்க்க வேண்டிய பழக்க வழக்கங்கள் என்னென்ன, மாற்ற வேண்டிய குணங்கள் என்னென்ன என்று ஒரு பட்டியல் தயாரித்துக் கொள்ள வேண்டும்.

சிலருக்கு விடியல் என்பது எட்டு அல்லது ஒன்பது மணியாக இருக்கும். அவ்வளவு தாமதமாகத்தான் படுக்கையில் இருந்து எழுவார்கள்.

நிச்சயமாக இது கெட்ட பழக்கம்தான்.

இந்தப் பழக்கத்தை நீங்கள் மாற்றிக் கொள்ள வேண்டும். அப்படியானால் அதற்கு என்ன செய்ய வேண்டும்?

எதற்காகக் காலையில் எழுவதற்குத் தாமதமாகிறது என்று யோசிக்க வேண்டும். இரவில் எப்போது படுக்கைக்குச் செல்கிறீர்கள் என்பதைப் பார்க்க வேண்டும்.

நிச்சயமாக அது பன்னிரண்டு மணிக்கு மேலாக இருக்கலாம்.

ஏன் அவ்வளவு தாமதமாகப் படுக்கைக்குச் செல்கிறீர்கள்?

டிவி பார்க்கும் பழக்கம் இருக்கலாம்.

செல்பேசியில் நண்பர்களுடன் நீண்ட நேரம் அளவளாவும் பழக்கம் இருக்கலாம்.

முகநூல் போன்ற சமூக வலைத்தளங்களில் அதிக ஈடுபாடு வைத்து நீண்ட நேரம் அதிலேயே மூழ்கிக் கிடக்கலாம்.

வெளியே நண்பர்களுடன் அரட்டை அடிக்கிற பழக்கம் இருக்கலாம்.

நண்பர்களுடன் திரைப்படங்களுக்குச் செல்லும் பழக்கம் இருக்கலாம்.

இதுபோன்று இன்னபிற காரணங்கள் உங்களை விட்டுப் பிரிய முடியாமல் இணைந்து கிடக்கலாம். அவைதான் நீங்கள் படுக்கைக்குச் செல்வதைத் தாமதப்படுத்துகிறது.

இந்தப் பழக்கத்தைத் தவறான பழக்கமாக எண்ண வேண்டும். அப்புறம் இதை உங்களிடம் இருந்து அகற்ற வேண்டும். அதாவது இரவு பத்து மணிக்கு மேல் இந்தப் பழக்கத்தை விட்டுவிட வேண்டும் என்று உறுதிமொழி எடுத்துக் கொள்ள வேண்டும்.

முதலில் வாரம் ஒருநாள் சரியாக பத்து மணிக்குத் தூங்கச் செல்ல வேண்டும். அப்புறம் இதனை இரண்டு நாள், மூன்று நாள் என்று மெல்ல மெல்ல அதிகரித்துக் கொண்டே சென்றால் கடைசியில் தினமும் இரவு பத்து மணிக்குத் தூங்கச் செல்லும் பழக்கம் வந்துவிடும்.

இதேபோலத்தான் காலை ஐந்தரை அல்லது ஆறு மணிக்கு எழுந்துவிட வேண்டும் என்ற பழக்கத்திற்கும் உங்களை மெல்ல மெல்ல மாற்ற வேண்டும்.

இதுவே சுயகட்டுப்பாட்டிற்கான பயிற்சி முறை.

இப்படித்தான் உங்களின் ஒவ்வொரு தவறான விஷயங்களையும் உங்களால் விலக்கிவிட முடியும்.

அமெரிக்காவின் ஸ்டான்போர்டு பல்கலைக் கழகத்தில் சுயகட்டுப்பாடு பற்றிய ஆய்வு ஒன்று மேற்கொள்ளப்பட்டது. அதன் முடிவில், ‘வாழ்வில் ஒருவர் வெற்றி அடைய வேண்டும் என்றால் அவருக்கு சுயகட்டுப்பாடு மிகமிக அவசியம்’ என்ற உண்மை கண்டறியப்பட்டது.

ஒருவரின் அதிகப்படியான உணர்வுகளை அடக்கும் சுயகட்டுப்பாடு என்னும் பழக்கம், கல்லூரி வாழ்க்கையில் மட்டுமல்லாமல் ஒட்டுமொத்த வாழ்க்கை முழுவதும் வெற்றியைக் கொடுக்கும்.

கடந்த 1972ஆம் ஆண்டு ஸ்டான்போர்டு பல்கலைக் கழகத்தில் வால்டர் மிச்செல் என்னும் உளவியல் நிபுணர் ஒருவர் ஒரு பரிசோதனையை நடத்தினார். அதன் பெயர் 'மார்ஷ்மல்லா' (Marshmallow) என்பது. மார்ஷ்மல்லா என்றால் ஒரு இனிப்புத் தின்பண்டம்.

நர்சரி பள்ளி மாணவர்கள் சிலரை ஒரு வகுப்பறைக்கு வரவழைத்தார். வகுப்பாசிரியர் அக்குழந்தைகளுக்கு அந்தத் தின்பண்டத்தை வழங்கினார். குழந்தைகளும் வெகு ஆவலோடு அதனை வாங்கிக் கொண்டனர்.

அப்போது குழந்தைகளுக்கு நிபந்தனை ஒன்று விதிக்கப்பட்டது. அதாவது வகுப்பாசிரியர் வெளியே சென்று, சிறிய வேலை ஒன்றை முடித்துவிட்டுப் பிறகு திரும்புவார். அதற்குள் தின்பண்டத்தைச் சாப்பிட விரும்பும் குழந்தைகள் சாப்பிடலாம். ஆசிரியர் வரும்வரை பொறுமையாகக் காத்திருக்க விரும்புபவர் சாப்பிடாமல் இருக்கலாம். இவ்வாறு பொறுமையாகக் காத்திருக்கும் குழந்தைகளுக்கு ஆசிரியர் வந்த பிறகு கூடுதலாக இன்னொரு தின்பண்டம் வழங்கப்படும் என்பதுதான் அந்த நிபந்தனை.

அதேபோல ஆசிரியரும் வெளியே சென்றுவிட்டு சற்று நேரம் கழித்து வகுப்பறைக்குத் திரும்பி வந்தார்.

அப்போது சில குழந்தைகள் அந்தத் தின்பண்டத்தை உண்டு முடித்திருந்தன. சில குழந்தைகளோ ஆசிரியரின் வருகைக்காகப் பொறுமையாகக் காத்திருந்தன.

இவ்வாறு பொறுமையுடன் திகழ்ந்த குழந்தைகளின் விபரத்தை மட்டும் குறித்து வைத்துக் கொண்டார் மிச்செல். பின்னர் அவர்கள் பள்ளிப் படிப்பு, கல்லூரிப் படிப்பு அனைத்தையும் முடித்துவிட்டு பணியில் சேரும் காலம் வரையில் அந்தக் குழந்தைகள் அனைத்தும் தீவிரமாக கண்காணிக்கப்பட்டு வந்தன.

இந்தக் குழந்தைகள் படிப்பில் சிறந்து விளங்கியதோடு நல்ல பணி வாய்ப்பையும் பெற்றனர். மேலும் அவர்கள் ஆரோக்யமான உடல் நலத்தைப் பெற்றிருந்தனர். மற்றவர்களுடன் நல்ல நட்புறவை வளர்த்துக் கொண்டிருந்தனர்.

இது உண்மையாக நடத்தப்பட்ட ஓர் அரிய ஆய்வு.

ஆக, ஒவ்வொருவரும் எப்போதும் கட்டுப்பாட்டுடன் இருக்கப் பழகிக் கொள்ள வேண்டும். இன்னொரு கூடுதல் தின்பண்டத்திற்குக் காத்திருக்கும் பண்பானது எதிர்காலத்தின் மீது நம்பிக்கை வைத்தல், நேர்மறை எண்ணங்களை வளர்த்தல் போன்ற நல்ல குணநலன்களை உறுதிப்படுத்துகிறது.

ஒருவரின் வெற்றி அவரது அறிவுத் திறன், பெறும் உயர்ந்த மதிப்பெண்கள் போன்றவற்றால் மட்டும் நிகழ்வதில்லை. சுயகட்டுப்பாடுதான் ஒருவரது வெற்றியைத் தீர்மானிக்கிறது.

‘கடன் அட்டை’ என்று தமிழில் அழைக்கப்படும் ‘கிரெடிட் கார்டு’ பற்றித் தெரியாதவர்கள் இருக்க முடியாது. தொலைபேசி மூலமாகவும், வங்கி வாசலிலும், ஏடிஎம் வாசலிலும் நின்று கொண்டு ‘கிரெடிட் கார்டு வாங்குங்க சார்’ என்று கூவிக் கூவி அழைக்கும் நபர்களை நீங்களும் பார்த்திருப்பீர்கள்.

உங்களிடம் இருந்து பணம் எதுவும் பெற்றுக் கொள்ளாமல் உங்கள் பெயரில் 50 ஆயிரம் ரூபாய், ஒரு லட்சம் ரூபாய், ஒன்றரை லட்சம் ரூபாய் என்று ஒரு கிரெடிட் கார்டை உங்களுக்குக் கொடுத்துவிடுவார்கள்.

ஒரு லட்சம் ரூபாய்க்கான கார்டு கொடுத்திருந்தால், அந்தக் கார்டைப் பயன்படுத்தி ஒரு லட்சம் ரூபாய் வரை செலவு செய்து கொள்ளலாம் என்பதுதான் இதன் வசீகரம்.

எல்இடி டிவி வாங்கலாம்.

குளிர்சாதனப் பெட்டி புதிதாக வாங்கலாம்.

ஏர்கண்டிஷன் வாங்கி வீட்டில் பொருத்திக் கொள்ளலாம்.

இப்படி நீங்கள் இந்தக் கார்டைப் பயன்படுத்தி சந்தோஷத்தை அனுபவிக்கலாம்.

ஆனால் இவை அனைத்தும் நாற்பதோ அல்லது ஐம்பதோ நாட்களுக்கு மட்டுமே. அதற்குள் செலவழித்த பணத்தை நீங்கள் செலுத்திவிட வேண்டும். இல்லையென்றால் அபராதம், வட்டி என்று இரு மடங்கு பணத்தைச் செலுத்த வேண்டிய இக்கட்டான நிலை ஏற்படும்.

நிறைய பேர் மீண்டும் பணம் கட்ட வேண்டும் என்பதை மறந்து, அப்போதைய சந்தோஷத்தை மட்டுமே பிரதானமாக நினைத்துவிடுகிறார்கள்.

அப்புறம் ஆபத்தில் சிக்கிக் கொண்டு விழிக்கிறார்கள்.

இவ்வாறு கிரெடிட் கார்டில் கன்னாபின்னாவென்று செலவு செய்துவிட்டு, பிறகு திரும்ப பணம் செலுத்த முடியாமல் அவதிப்படும் மனிதர்கள் மிக அதிகம்.

ஏன் இந்த நிலைமை?

மனக்கட்டுப்பாடு இல்லாததுதான் இதற்கு முழுக்காரணம்.

ஆசை யாருக்குத்தான் இல்லை?

சொகுசுக் காரில் பயணிக்க யாருக்குத்தான் ஆசை இல்லை?

வீட்டில் சுவர் அளவிற்குப் பெரிய டிவி வாங்கிப் பொருத்தி தியேட்டரைப் போன்று படம் பார்க்க யாருக்குத்தான் ஆசை இல்லை?

எல்லோருக்கும் இதேபோல பலப்பல ஆசைகள் இருக்கத்தான் செய்கின்றன.

ஆனால் அதை வாங்குவதற்குத் தேவையான பண வசதி நம்மிடம் இருக்கிறதா என்பதை யோசித்துப் பார்க்க வேண்டும். கிரெடிட் கார்டு இருக்கிறது என்றால் அதன் மூலம் செலவு செய்யும் பணத்தைத் திரும்ப அடைக்கும் சக்தி இருக்கிறதா என்பதை நாம் யோசிக்க வேண்டும்.

இதற்குப் பெயர்தான் சுயகட்டுப்பாடு.

என்ன மாதிரியான ஆசை இருந்தாலும் அது நமக்கு சாத்தியமாகுமா என்பதை யோசித்து, இல்லையென்றால் அந்த ஆசையை அடக்கி வைத்துக் கொள்ள வேண்டும்.

உதாரணத்திற்கு ஒரு செல்பேசியை வாங்க நினைக்கிறீர்கள். அதன் விலை 15 ஆயிரம் ரூபாய் என்று வைத்துக் கொள்ளுங்கள். உங்கள் மாத வருமானம் 30 ஆயிரம் ரூபாய் என்றால், அதன் விலை உங்களின் மாத வருமானத்தில் பாதி. அதாவது உங்களின் 15 நாள் உழைப்பு.

15 நாட்கள் என்பது உங்கள் மாத உழைப்பில் பாதி.

உங்கள் வியர்வை.

இதை நீங்கள் உணர்ந்து கொள்ள வேண்டும். மட்டுமல்லாமல் உங்கள் மனைவி, குழந்தைகளுக்கும் இந்த உண்மையை உணர்த்த வேண்டும்.

இதன்மூலம் நீங்கள் மட்டுமல்லாமல் உங்களைச் சார்ந்தவர்களும் சுயகட்டுப்பாட்டை அடைகிறார்கள் என்பதை நினைவில் கொள்ள வேண்டும்.

நல்ல பழக்க வழக்கங்களைக் கற்றுக் கொள்ள வேண்டும் என்ற ஆசை பலருக்கும் உண்டு. ஆனால் அதைக் கற்றுக் கொள்வதோடு நிறுத்திக் கொள்வார்கள். ஒருசிலர் மட்டுமே அதைக் கெட்டியாகப் பிடித்து வெல்வார்கள்.

அதிகாலை கண்விழிப்பது, உடற்பயிற்சி செய்வது, சத்தான ஆகாரங்களை உண்பது, சுத்தமான ஆடைகளை அணிவது, எல்லோரிடமும் அன்புடனேயே பழகுவது போன்றவைதான் நற்குணங்களாகக் கருதப்படுகின்றன.

இதனை ஒருசில நாட்கள் மட்டும் கடைப்பிடித்துவிட்டு அதையே தனது வாழ்நாள் சாதனையாக நினைத்து சந்தோஷப்படுபவர்கள்தான் அதிகம்.

ஆனால் நிரந்தரமாக, தனது வாழ்நாள் முழுவதும் அதைக் கடைப்பிடித்து ஒழுகுவதுதான் உண்மையான வெற்றி.

அதை எப்படி வாழ்நாள் முழுவதும் கடைப்பிடிக்க முடியும் என்று பலரும் சந்தேகத்துடன் கேட்பது உண்டு. ஏனென்றால் நற்குணங்களைக் கடைப்பிடிப்பது என்பது அசாதாரணமான ஒன்று என்றே அவர்கள் நினைக்கின்றனர்.

நிச்சயமாக அப்படிக் கிடையாது. சில பயிற்சி முறைகளை செய்தால் எளிதாக இருக்கும்.

அது என்ன பயிற்சி?

ஒரு செயலைத் தொடர்ச்சியாகவும், எளிதாகவும் செய்ய வேண்டும். அதற்கேற்ப மனம் மற்றும் அறிவை வசப்படுத்த வேண்டும்.

இதைத்தான் பழக்கம் என்கிறோம்.

வெளியூர் செல்கிற அன்று மட்டும் அதிகாலையில் எழுந்து, வேகவேகமாகக் குளித்து உடை உடுத்தி தயாராகிச் செல்வது அனைவருக்கும் பொதுவான ஒன்று.

ஆனால் இது சிறந்த பழக்கம் என்று கூறமுடியாது. தினமும் இதேபோல நீங்கள் தயாரானால் அதுதான் நல்ல பழக்கம்.

அதுதான் சுயகட்டுப்பாடு.

என்றோ ஒருநாள் அவசரத்திற்காக இவ்வாறு செயல்படுவதை தினமும் செயல்படுவதுபோல மாற்ற வேண்டும். அதற்கு முதலில் உங்கள் மனதை மாற்ற வேண்டும்.

ஊருக்குச் செல்வதற்கு உள்ளுக்குள் உருவாகும் உற்சாகத்தைத் தினமும் ஏற்படுத்திக் கொள்ளும் வகையில் மனதைப் பக்குவப்படுத்த வேண்டும்.

ஒருநாள் அதிகாலை எழுகிற நீங்கள், அடுத்த நாளும் அதேபோல அதிகாலையில் எழ வேண்டும் என்று எண்ண

வேண்டும். அதற்கடுத்த நாளும் அப்படியே எழ வேண்டும். இப்படியே ஒரு வாரமோ, ஒரு மாதமோ ஏற்படுத்திக் கொண்டால் அந்தப் பழக்கம் உங்களுக்கு சாதாரணப் பழக்கமாக மாறிவிடும்.

உங்களை அறியாமலேயே அது அனிச்சைச் செயலாக மாறிவிடும் ஆச்சரியத்தை உணரமுடியும்.

குறிப்பிட்ட செயல்களுக்கு நம்மைப் பழக்கப்படுத்திக் கொண் டால் அதன்பிறகு அந்தச் செயல்களைச் செய்வதற்கு நீங்கள் பிரத்யேகக் கவனம் எடுக்க வேண்டாம். பிரத்யேகச் சிரமம் எடுக்க வேண்டாம்.

அலுவலகத்திற்கு வழக்கமாகச் செல்லும் பேருந்தில் குறிப்பிட்ட இடம் வந்ததும் உங்களை அறியாமலேயே இறங்கி விடுவீர்கள். வழக்கமாகச் செல்லும் பாதையில் நூல் பிடித்ததைப் போலச் சென்று அலுவலகத்தை அடைவீர்கள்.

விடுமுறை நாட்களில் அதே பேருந்தில் வேறொரு இடத்திற்குச் செல்வதற்காக ஏறுகிறீர்கள் என்று வைத்துக் கொள்ளுங்கள். வழக்கமாக நீங்கள் இறங்கும் இடம் வந்ததும் உங்களை அறியாமலேயே பேருந்தில் இருந்து இறங்குவதற்குத் தயாராவதை உணர்வீர்கள். அப்புறம்தான் இதையும் தாண்டிச் செல்ல வேண்டும் என்ற எண்ணம் தோன்றும். சுதாரிப்பீர்கள்.

ஏனென்றால் உங்கள் உள்ளம் ஓர் பழக்கத்தை உருவாக்கி வைத்திருக்கிறது. அதை மீற வேண்டும் என்றால் நிறைய கவனம் தேவைப்படுகிறது.

கார் ஓட்டத் தெரியாதவர், மற்றொருவர் கார் ஓட்டுவதைப் பார்த்து வியந்து போவார். எப்படி இத்தனை வேகமாகக் காரை ஓட்டுகிறார்? எப்படி குறுகலான சந்திற்குள் காரைச் செலுத்து கிறார்? என்றெல்லாம் வியப்புடன் யோசிப்பார்கள்.

ஆனால் கார் ஓட்டக் கற்றுக்கொண்ட பிறகுதான் இப்படி வேகமாகச் செல்வதும், திருப்பங்களில் வளைத்துத் திருப்புவதும் பழகிவிட்டால் மிக எளிதாக இருக்கும் என்ற உண்மையை உணர்வார்கள்.

சித்திரமும் கைப்பழக்கம் செந்தமிழும் நாப்பழக்கம்
வைத்ததொரு கல்வி மனப்பழக்கம் - நித்தம்
நடையும் நடைப்பழக்கம் நட்பும் தயையும்
கொடையும் பிறவிக் குணம்.

என்கிறார் ஔவையார்.

பழகப் பழக பழக்கம் தானாகவே வந்துவிடும். வரைய வரையச் சித்திரமும் கைப்பழக்கமாகிவிடும். பேசப் பேசச் செந்தமிழும் அழுத்தம் திருத்தமாக வந்துவிடும். திரும்பத் திரும்ப நினைத்தால் கற்றது மனதில் நன்றாகப் பதிந்துவிடும். நல்லொழுக்கத்தைத் திரும்பத் திரும்பக் கடைப்பிடித்தால் அதுவும் பழக்கமாகிவிடும்.

பழக்கம் என்பது ஒரு செயலைக் கூர்மையாக்கி நமக்கு கைவந்த கலையாக அதை மாற்றுகிறது.

தவறான, மோசமான ஆசைகளை அடக்கி சுயகட்டுப் பாட்டை வளர்க்கும் செயல்கள் நற்செயல்கள் என்று கருதப் படுகின்றன. தொடர்ச்சியாகச் செய்கிறபோது அதை நல்ல பழக்கம் என்று கூறுகிறார்கள்.

தற்காலிக சந்தோஷங்கள் கெட்ட பழக்கங்கள் என்றும், நிரந்தரமான சந்தோஷங்கள் நல்ல பழக்கங்கள் என்றும் பொதுவாகச் சொல்லப்படுகிறது.

அளவுக்கதிகமான உறக்கம், உணவு, சோம்பேறித்தனம் போன்றவை தீயசெயல்கள். ஆனால் இவைதான் பெரும்பாலான மனிதர்களுக்கு விருப்பமாக இருக்கிறது.

'அளவிற்கு அதிகமானால் அமுதமும் நஞ்சு' என்பார்கள்.

அப்படித்தான் உலகில் நடக்கும் செயல்கள் அனைத்தும் ஒரு அளவுடன் இருக்க வேண்டும். அதாவது அவற்றுக்கு ஒரு கட்டுப்பாடு கண்டிப்பாக வேண்டும்.

கார் இருக்கிறது. அது மனிதனால் செல்ல முடியாத அளவிற்கு வேகமாகச் செல்கிறது. ஆனாலும் அந்த வேகத்தைக் கட்டுப்படுத்துவதற்கு பிரேக் என்ற ஒன்றும் இருக்கிறது. இந்த பிரேக் இல்லாமல் இருந்தால் என்னாகும்? கட்டுப்பாட்டை இழந்த கார் நிச்சயமாக எங்காவது மோதி விபத்தை ஏற்படுத்தும்.

எனவே எதற்கும் ஒரு கட்டுப்பாடு வேண்டும்.

ஆக, கட்டுப்பாட்டுடன் கூடிய வாழ்க்கைதான் நல்ல வாழ்க்கை. மனிதர்கள் சிறப்பாக வாழ வேண்டுமென்றால் அவர்களுக்குக் கட்டுப்பாடு நிச்சயம் வேண்டும். அதைத்தான் சுயகட்டுப்பாடு என்கிறோம்.

மனிதர்கள் ஆறறிவு படைத்தவர்களாக இருப்பதால், கட்டுப்பாட்டை அவர்களே உருவாக்கிக் கொள்ள வேண்டும். அதனால்தான் 'சுயகட்டுப்பாடு' என்கிறார்கள்.

சுயகட்டுப்பாட்டுடன் கூடிய நல்ல பழக்கங்கள் சிறந்தவை என்ற உண்மை தெரிந்தாலும், அதை அழுத்தமாக நமது அறிவு உணர்த்தினாலும், தீய பழக்கங்களையே நமது மனம் நாடிச் செல்கிறது. ஏனென்றால் தீய பழக்கங்களுக்கு கவர்ச்சி அதிகம்.

தீய பழக்கம் என்பது கானல் நீர் போன்றது. நீங்கள் சுடு மணலில் எவ்வளவு தூரம் நடந்து சென்றாலும் வறண்ட நாவிற்கு ஒரு துளி நீர் கூடக் கிடைக்காது. மேலும் சோம்பல், கவலை, துக்கம், பயம் போன்ற கஷ்டங்கள் தான் இதன்மூலம் வந்து சேரும்.

அறிவு பிறப்பிக்கும் கட்டளைகளை ஏற்று மனதைக் கட்டுப்படுத்துவது என்பது தொடக்கத்தில் மிகக் கஷ்டமாகவே இருக்கும். ஆனால் முடிவு சந்தோஷத்தைத் தரும்.

விடாப்பிடியாகப் பற்றி நிற்கும் நல்ல பழக்கம்தான் ஒருவரை வாழ்வில் உயர்த்தும்.

தொடர்ந்து தவறான பழக்கத்திலேயே வாழ்ந்து வந்தவர்களால் புதிதாக நல்ல பழக்கத்தைக் கடைப்பிடிக்க வேண்டும் என்றால் அது அத்தனை எளிதானதல்ல. ரொம்பவே சிரமப்பட வேண்டும்.

நிறைய பொறுமை வேண்டும்.

அதிகப் பயிற்சி வேண்டும்.

கடினமான முயற்சியும் வேண்டும்.

இவை இருந்தால் மட்டுமே நல்ல பழக்கத்திற்கு உங்களை மாற்றிக் கொள்ள முடியும்.

அவசரப்படக்கூடாது.

ஒருநாளோ, இரண்டு நாட்களோ முயற்சி செய்து, பயிற்சி மேற்கொண்டுவிட்டு, அதன் பலன் கிடைக்க வேண்டும் என்று எதிர்பார்ப்பது தவறு.

தொடர்ந்து பயிற்சி மேற்கொள்ள வேண்டும்.

பலனைப் பற்றிக் கவலைப்படாமல் அந்தப் பயிற்சி நீடித்துக் கொண்டே இருக்க வேண்டும்.

பயிற்சியின் கால அளவு அதிகமானால் அதனால் கிடைக்கும் பலனும் அதிகமாகவே இருக்கும்.

இதனை முழுமையான நம்ப வேண்டும்.

இந்த நம்பிக்கையை மனதில் அழுத்தமாகப் பதித்துக் கொண்டு முன்னோக்கி செல்ல வேண்டும்.

இதுதான் சுயகட்டுப்பாடு.

இதற்கு முதல் அஸ்திவாரமாக இருப்பது சுயபரிசோதனை. இது மிகமிக முக்கியம். சுயபரிசோதனை செய்வதன் மூலமாகத்தான் ஒரு நற்செயலை உங்களால் ஏன் செய்ய முடியாமல் போயிற்று என்பதற்கான உண்மைக் காரணத்தைப் புரிந்து கொள்ள முடியும்.

ஒவ்வொரு மாணவனும் என்ன நினைக்கிறான்? வகுப்பில் முதல் மதிப்பெண் எடுக்கும் மாணவனை எப்படியாவது தோற்கடித்து அந்த முதல் மதிப்பெண்ணைத் தட்டிப்பறித்து அனைவரின் பாராட்டு மழையில் குளிக்க வேண்டும்.

ஆனாலும் ஒவ்வொரு முறையும் அவனால் முதல் மதிப்பெண்ணைப் பெறவே முடியவில்லை. பத்து ரேங்கிற்குள்கூட அவனால் வர முடியவில்லை.

என்னென்னவோ முயற்சிகள் செய்தும் தொடர் தோல்வி அவனை மனம் தளரச் செய்தது. இப்படிப்பட்ட தருணத்தில் அவன் மீது மிகுந்த அக்கறை வைத்திருந்த ஆசிரியர் ஒருநாள் அந்த மாணவனை அழைத்து இதைப் பற்றிப் பேசுகிறார். எவ்வளவோ கஷ்டப்பட்டுப் படித்தும் முதல் மாணவனாகத் திகழ முடியவில்லை என்ற தனது ஆதங்கத்தை அவன் வெளிப்படுத்துகிறான்.

ஆசிரியர் அவனிடம் இதைப் பற்றிச் சற்று விரிவாகப் பேசுகிறார்.

“நீ காலையில் எத்தனை மணிக்கு எழுந்திருக்கிறாய்?”

“ஆறு மணிக்கு சார்.”

“ஏன் ஐந்து மணிக்கே எழுந்து படிப்பதில்லை?”

“பரீட்சை நடக்கும்போது நான்கு மணிக்கே எழுந்துவிடுவேன்.”

“முதல் மார்க் எடுக்கிற மாணவன் தினமும் ஐந்து மணிக்கு எழுந்து படிக்கிறான்.”

இதைக்கேட்டு அந்த மாணவன் தலையைக் குனிந்துகொண்டான்.

“வகுப்பில் நடத்தப்படும் பாடங்கள் முழுவதையும் எப்போது படித்து முடிக்கிறாய்??”

“பரீட்சைக்கு பத்துப் பதினைந்து நாட்களுக்கு முன்பே அத்தனை பாடங்களையும் படித்துவிடுவேன்.”

“ஆனால் முதல் மார்க் எடுக்கிற மாணவன், தினந்தோறும் நடத்தப்படும் பாடங்களை அன்றைக்கே நன்றாகப் படித்து விடுகிறான்.”

“எந்த விளையாட்டில் உனக்கு ஆர்வம் அதிகம்?”

“கிரிக்கெட் சார்”

“எப்போதெல்லாம் விளையாடுவாய்?”

“சனி, ஞாயிற்றுக் கிழமைகளில் கண்டிப்பாக விளையாடுவேன். ஆனால் பரீட்சை நேரங்களில் மட்டும் கொஞ்ச நேரம்தான் விளையாடுவேன்”

“முதல் மார்க் எடுக்கும் மாணவன் சனி, ஞாயிறுகளில் எப்போதுமே கொஞ்ச நேரம்தான் விளையாடுவான்”

இப்போது அந்த மாணவன் பேசாமல் இருந்தான்.

“வகுப்பில் முதல் மாணவனாக வரவேண்டும் என்று ஆசைப் படுகிறாய். அது பாராட்டுக்குரியது. ஆனால் அதற்குரிய முயற்சிகளை நீ முறையாக எடுத்துக் கொள்ளவில்லை. அதனால் தான் உன்னால் அந்த முதலிடத்தைப் பிடிக்க முடியவில்லை” என்று விளக்கினார் ஆசிரியர்.

அந்த மாணவனுக்கு இப்போது ஏதோ கொஞ்சம் புரிந்தது. அல்லது புரிந்த மாதிரி இருந்தது.

அதாவது ஒரு நல்ல செயலைச் செய்ய வேண்டும் என்ற ஆர்வம் எல்லோரிடமும் இருக்கத்தான் செய்கிறது. ஆனால் அதற்கான முயற்சியும், முனைப்பும் இருப்பதில்லை. அல்லது வேறு ஏதோ சில தீய சக்திகள் திசை மாற்றிவிடுகின்றன.

இந்தத் தீய சக்திகள் என்னென்ன என்பதை ஒவ்வொருவரும் இதுபோன்ற கேள்விகளை அவர்களிடமே கேட்டு விடையை எழுதினால், தப்பு எங்கே இருக்கிறது என்பதைத் தெளிவாகத் தெரிந்து கொள்ளலாம்.

அதன்பிறகு இந்தத் தவற்றைத் திருத்திக் கொண்டு குறிக்கோளை நோக்கிப் பயணித்தால் வெற்றி நிச்சயம் வந்து சேரும் என்பதில் சந்தேகம் இல்லை.

இதுதான் சுயபரிசோதனை.

நிறைய பேர் தங்களால் செய்ய முடியாமல் போனதற்கு சொதப்பல் காரணங்களைச் சொல்வார்கள். கேட்பவர்களுக்கு அந்தக் காரணங்கள் பொய்யானவை என்பது நன்றாகவே புரியும். ஆனாலும் இந்தக் காரணங்களைக் கூறி அவர்களை ஏமாற்றி விட்டதாக இவர்கள் ஆனந்தம் அடைவார்கள்.

உடற்பயிற்சி செய்வது என்பது ஆரோக்கியத்திற்கான அடித்தளம். இந்த உண்மை எல்லோருக்குமே தெரியும் என்றாலும் எத்தனை பேர் இதனைக் கடைப்பிடிக்கிறோம்?

அருகில் பூங்கா இல்லை.

சாலையில் அதிக வாகனங்கள் செல்வதால் அசுத்தமான காற்றை சுவாசிக்க வேண்டி இருக்கிறது.

புதிய ஷூ வாங்கவில்லை.

உடம்பு வலி அதிகமாக இருக்கிறது.

கால் சுண்டு விரலில் அடிபட்டிருக்கிறது.

இப்படி எத்தனையோ உப்புசப்பற்ற காரணங்களைச் சொல்லிக் கொண்டு காலை நேரத்தில் நடைப்பயிற்சி செய்யாமல் தவிர்ப்பவர்கள் அதிகம்.

இந்தக் காரணங்களை மற்றவர்கள் நம்ப வேண்டும் என்பதற்காகத்தான் சொல்கிறார்கள்.

மற்றவர்கள் இதனை உண்மை என்று நம்புவதால் இவர் ஆரோக்கியம் அடைந்து விடுகிறாரா?

நிச்சயமாக இல்லை.

இந்தக் காரணங்கள் கூறுவதால் மற்றவர்களை ஏமாற்றுவது இல்லை. அவர்களை அவர்களே ஏமாற்றிக் கொள்கிறார்கள்.

ஒரு செயலைச் செய்யப் பிடிக்காதபோதும், அது கடினமான உழைப்பைக் கோருகிறபோதும் அதனைச் செய்யாமல் இருப்பதற்கு பல காரணங்களைத் தேடுகிறது பாழாய்ப்போன மனம்.

அந்தக் காரணங்களை உண்மையான நடுநிலையோடு அலசி ஆராய்ந்தால் அவை அனைத்தும் பொய்யான, போலியான காரணங்கள் என்பதைப் புரிந்து கொள்ளலாம்.

இந்தப் போலிக் காரணங்களைக் குழிதோண்டிப் புதைத்து விட்டு வேறு ஏதாவது உண்மையான காரணங்கள் உள்ளனவா என்று பார்க்க வேண்டும். அப்படி இருக்குமாயின் அதனை அறிந்து அதனைச் சரிசெய்வதற்கான உரிய வழிகளை ஆராய்ந்து கண்டறிய வேண்டும். அதனை நிவர்த்தி செய்து பணியைத் தொடர வேண்டும்.

அதேபோல ஒழுங்கீனம் என்பது மனிதனாகப் பிறந்த அனைவருக்குமே பொதுவானது. ஆனால் இதிலிருந்து மீண்டு ஒழுக்கத்துடன் நடந்து கொள்பவன் மட்டுமே உண்மையான மனிதன்.

சரியாகக் காலையில் ஏழு மணிக்கு வந்துவிடுவதாகக் கூறுவார்கள். அதை உண்மையென்று நம்பி நாமும் அரக்க பரக்க அத்தனை வேலைகளையும் முடித்துவிட்டுக் காத்திருப்போம். மனிதர் சாவகாசமாக எட்டு மணிக்கு வந்து சேருவார். கேட்டால் “நான் எப்பவுமே இப்படித்தான். ஒரு முழுச் சோம்பேறி’ என்று சிரித்துக் கொண்டே சாதாரணமாகக் கூறுவார்.

இந்த மாதிரியான கதாபாத்திரங்கள் நிறையவே இருக்கின்றனர். இவர்கள் எந்தச் செயலையுமே சரியான நேரத்தில் செய்வதே கிடையாது.

அவசரத்திற்குப் பேனா வாங்கிக் கையொப்பமிட்டுவிட்டு அவருடைய பேனாவைப்போல சட்டைப் பையில் செருகிக் கொண்டு செல்வார்கள்.

ஒரு பொருளை எடுத்தால் திரும்பவும் அதே இடத்தில் வைக்கும் பழக்கம் இவர்களுக்குக் கிடையவே கிடையாது..

தொலைக்காட்சிப் பெட்டி பழுதாகிவிட்டால் ஒரு வாரம் கழித்துத்தான் அதற்கான நடவடிக்கையைத் துவங்குவார்.

எல்லாவற்றிலும் ஒரு ஒழுங்கீனம்.

சரியான நேரத்திற்கு எதையும் செய்யும் பழக்கமே கிடையாது.

கேட்டால், 'இதுதான் நான்' என்று அதை நியாயப்படுத்திப் பேசுவார். அத்துடன், 'சரியான நேரத்திற்கு வேலை செய்வதில்லை' என்று அவரைப் பற்றி அவரே குறைப்பட்டுக் கொள்வார்.

யாரோ ஒருவர் கிடையாது; நம்மிலும் பலர் இப்படித்தான் இருக்கிறார்கள்.

இவையெல்லாம் நம்மைப் பற்றி நாம் கொண்டிருக்கும் சில மேலோட்டமான அபிப்பிராயங்கள். கருத்துக்கள். ஏன் இந்த மாதிரியான அபிப்பிராயங்கள் வருகிறது என்றால் நமது குணத்தில் மாற்றம் வேண்டும் என்பதை நமக்கு உணர்த்துவதற்காகவே நம் மனம் இப்படி நினைக்கிறது. இந்த மாதிரியான எண்ணத்தை அது உருவாக்குகிறது.

ஆனால் இந்தக் குணத்தை எப்படி மாற்ற வேண்டும் என்பதற்கான எந்த யோசனையும் இருக்காது. ஆனால் அதை நாம் அப்படியே விடக்கூடாது. இது தவறான குணம் என்பது தெரிவதால் இதனை எப்படி மாற்ற வேண்டும் என்று யோசிக்க வேண்டும்.

நமது ஒழுங்கீனம் எது என்பதை நினைவில் கொண்டுவர வேண்டும். அதனை மாற்றுவதற்கு வேறு என்ன வழிமுறைகள் உள்ளன என்று உள்ளாய்ந்து பார்க்க வேண்டும்.

முதலில் மேலோட்டமான பிரச்சனை என்ன என்பதைத் தெரிந்து கொண்டு அதைச் சரிசெய்ய வேண்டும். பின்னர் இன்னும் உள்ளே சென்று ஆராய்ந்து பார்த்து அந்தத் தவறுகளைக் கொஞ்சம் கொஞ்சமாகத் தீர்க்க வேண்டும்.

இப்படிச் செய்வதன்மூலம் உங்களின் தவறான பழக்கங்களுக்கு நீங்கள் சமாதி கட்ட முடியும். தீய குணங்களை அகற்றி நல்ல குணங்களை உங்களிடம் வந்தடையச் செய்ய முடியும்.

சில நேரங்களில் ஒரு குறிப்பிட்ட செயலைக் குறித்த நேரத்தில் முடிக்க வேண்டும் என்று தீர்மானிப்பது உண்டு. அதாவது ஒன்பது மணிக்குத் தயாராக வேண்டும் என்றால் எத்தனை மணிக்குக் குளிக்கச் செல்ல வேண்டும். உடை மாற்றுவதற்கு எவ்வளவு நேரம்

எடுத்துக் கொள்ள வேண்டும். அப்புறம் சாப்பிடுவதற்கான நேரத்தைக் கணக்கிட்டுக் கொள்ள வேண்டும். என்னென்ன பொருட்களைத் தயாராக எடுத்து வைக்க வேண்டும்.

இப்படியெல்லாம் நேரத்தைக் கணக்கிட்டுக் கொள்வது உண்டு. ஆனாலும் இந்தத் திட்டம் பல நேரங்களில் திறம்பட முடிக்காமல் திணறுவது உண்டு. அப்புறம் அரக்கப் பரக்க விரைந்தோடி, டென்ஷனாகி...

ஏன் வகுத்த நேரத்தில் முடிக்காமல் போகிறது என்பதை யோசித்துப் பார்க்க வேண்டும். இந்தத் தவறுகள் எப்போதோ ஒரு தடவை நடந்தால் பரவாயில்லை. ஆனால் ஒவ்வொரு முறையும் இதே தவறுதான் நடக்கிறது என்றால் அதற்கான காரணம் என்ன என்பதைப் பொறுமையாக யோசித்துப் பார்க்க வேண்டும்.

திடீரென்று தொலைபேசி அழைப்பு வந்து அதனால் உங்கள் நேரக் கணிப்பில் தோல்வி அடைந்திருக்கலாம்.

இணைய தளத்தில் எதையோ தேடி அதனால் உங்களின் பொன்னான நேரம் வீணாகிப் போயிருக்கலாம்.

எதிர்பாராமல் யாராவது விருந்தினரோ, அண்டை வீட்டாரோ வந்து ஏதோ ஒரு உதவாக்கரையாகப் பேசி அதன் மூலமும் உங்கள் நேரத்தை நீங்கள் இழந்திருக்கலாம்.

இதில் எந்த மாதிரியான தவறு திரும்பத் திரும்ப உங்கள் திட்டத்தில் குறுக்கிட்டு அதனைப் பாழ்படுத்துகிறது என்பதை ஆராய்ந்து பார்க்க வேண்டும்.

எனவே உங்கள் திட்டமிட்ட வேலையில் மற்றொரு வேலை உள்ளே நுழைந்து குழப்பாதவாறு அதனைக் கண்கொத்திப் பாம்பு போலக் கவனித்து வரவேண்டும்.

ஒரு செயல் மற்றொரு செயலை எந்த நிலையில் பாதிக்க விடவே கூடாது.

அத்துடன் இரண்டு மூன்று செயல்கள் செய்ய வேண்டி இருந்தால் அதில் எதற்கு முக்கியத்துவம் கொடுக்க வேண்டும் என்று நீங்கள் முடிவு செய்துகொள்ள வேண்டும்.

உங்கள் செயலை ஒரு குறிப்பிட்ட நேரத்திற்குள் முடிக்க வேண்டும் என்று வரையறுத்துக் கொண்டால் அதனால் தேவையற்ற மன அழுத்தங்கள் ஏற்படுவதற்கு வாய்ப்புண்டு.

எனவே இருக்கும் நேரத்தை நீங்களே பங்கிட்டுக் கொண்டு அந்தச் செயல்களைச் செய்தால் அதற்கு நிச்சயம் பலன் உண்டு.

நிறைய பேர் செய்யும் தவறு என்ன தெரியுமா? ஆரம்பத்தில் ஒரு புதிய வேலையை ரொம்ப வேகமாகவும், ஈடுபாட்டுடனும் செய்யத் தொடங்குவார்கள். ஆனால் நாளாக நாளாக அதில் ஆர்வம் குறைந்து குறைந்து கடைசியில் பூஜ்ஜியத்தில் வந்து நிற்பார்கள். அந்த வேலைக்கு முழுக்கும் போட்டுவிடுவார்கள்.

உதாரணமாக உடற்பயிற்சி செய்ய வேண்டும் என்று ஆர்வம் கொள்வார்கள். உடனடியாக நிறைய உடற்பயிற்சிகளை முதல் நாளே மேற்கொள்வார்கள். அப்புறம் அடுத்த நாள் உடம்பு வலியால் துடிப்பார்கள்.

இதனால் அடுத்த நாள் உடற்பயிற்சியின் அளவு குறைந்து போகும். பிறகு மெல்ல மெல்ல உடற்பயிற்சியின் அளவும், எண்ணிக்கையும் மெல்ல மெல்லக் குறைந்து முடிவில் சுத்தமாக நின்று போய்விடும். 'கழுதை தேய்ந்து கட்டெறும்பாகப் போனது' என்பதைப் போல போய்விடும்.

எந்தவொரு செயலிலும் கொஞ்ச நாட்களிலேயே சோர்ந்து போய் பழைய நிலைக்கே திரும்புவது பலரது இயல்பாக உள்ளது.

எந்தவொரு புதிய செயலைத் தொடங்கும்போதும் அதிரடியாக அதில் இறங்கக் கூடாது. ஒரு மலையில் ஏறும்போது ஒவ்வொரு படியாகத்தானே ஏறுவீர்கள். எடுத்த உடனேயே மூன்று நான்கு படிகளாகத் துள்ளிக் குதித்து ஏற முடியுமா?

அப்படித்தான் ஒன்று, இரண்டு, மூன்று என்றுதான் உங்கள் நடவடிக்கை அமைய வேண்டும். அதிரடியாகச் செயல்பட்டு அப்புறம் தலைகுப்புற விழுந்து ஒன்றும் இல்லாமல் போகக் கூடாது. சிறிதாகச் செய்தாலும் அதை நிறைவாகவும், தொடர்ந்தும் செய்ய வேண்டும்.

நடைப்பயிற்சி செய்வதற்கு ரொம்ப நாட்களாகக் கஷ்டப்பட்டு ஒரு நல்ல இடத்தைக் கண்டுபிடித்திருப்பீர்கள். அங்கே கொஞ்சம் கொஞ்சமாக நடைப்பயிற்சியை அதிகரித்துக் கொண்டே ஒரு நல்ல திருப்தியான நிலையை அடைந்திருப்பீர்கள். நல்ல நண்பர்களும் உங்களுக்குக் கிடைத்திருப்பார்கள்.

இப்படி அனைத்தும் நன்றாகக் கூடி வரும் வேளையில் திடீரென்று உங்களுக்கு இடமாற்றம் வருகிறது என்று வைத்துக் கொள்ளுங்கள்.

உடனே, 'போச்சு.. எல்லாமும் போச்சு. இனிமேல் எங்கே வாக்கிங்' என்று சலித்து, மனம் வெறுத்துப் போவது உண்டு.

இது தவறு.

பெருந்தவறு.

எதுவும் கெட்டுப்போகவில்லை. உங்களுக்கு இடமாறுதல். வேலை முக்கியம். எனவே அதை வேண்டாம் என்று உங்களால் மறுக்க முடியாது.

அதேபோல நடைப்பயிற்சியும் அவசியம் தேவை. அதையும் பாதியிலேயே அம்போவென விட்டுவிட முடியாது.

இந்த உலகம் ரொம்பவும் பெரியது. மனிதர்கள் எங்கும் நிறைந்து காணப்படுகிறார்கள். சாலைகளும், கடைகளும், பொருட்களும், மைதானங்களும், பூங்காக்களும் எல்லா இடத்திலும் காணப்படுகின்றன. அதன் சூழல், அமைப்பு, மனிதர்களின் குணாதிசயங்கள் வேண்டுமென்றால் சிறிது மாறுபட்டு இருக்கலாம். ஆனால் அனைத்து இடங்களிலும் அனைத்து வாய்ப்புகளும் நிறைந்து கிடக்கின்றன என்னும் நம்பிக்கையை முதலில் நீங்கள் வளர்த்துக் கொள்ள வேண்டும்.

அந்தப் புதிய இடத்திற்கு ஏற்ப உங்களை உங்கள் மனவளத்தைக் கொஞ்சம் மாற்றிக் கொண்டால் மட்டும் போதும். அந்தப் புதிய இடத்திலும் உங்களால் நடைப்பயிற்சியைச் செய்ய முடியும்.

ஏழு

மனபலம்

நமது பலவீனம் எது என்பதை அறிந்து அவற்றைக் குறைக்க வேண்டும் அல்லது முழுமையாக அகற்ற வேண்டும். இதற்கான முழுமுயற்சியைத் தொடர்ந்து செய்ய வேண்டும்.

இதுதான் நம்மில் பெரும்பாலானோரின் அறிவுரை. கருத்து. இதனைத் தான் பெற்றோர்களும், ஆசிரியர்களும், அறிஞர்களும் தீவிரமாகச் சொல்லி வருகின்றனர்.

ஆனால் இத்தகைய கருத்து மிகவும் தவறானது என்கிறார் மார்கஸ் பங்கிங் ஹாம் என்ற தத்துவஞானி.

வெற்றியின் உச்சத்தைத் தொட்ட வெற்றியாளர்கள் அனைவரும் தங்களின்

பலம் எது என்பதைத் தெரிந்து கொண்டு, புரிந்து கொண்டு, அதைத் தங்கள் செயலில் இணைத்துக் கொண்டவர்களே.

பொதுவாகத் தங்கள் பலவீனத்தைக் குறைப்பதற்கான முயற்சி மற்றும் பயிற்சியை மேற்கொள்வதற்குப் பதிலாகத் தங்கள் பலத்தைப் பெருக்குவதற்கான முயற்சி மற்றும் பயிற்சியை எடுத்த ஒரே காரணத்தால்தான் அவர்களால் வெற்றிக் கொடியைப் பறக்க விட முடிந்தது.

இப்படித்தான் மார்கஸ் அழுத்தம் திருத்தமாக உணர்த்து கிறார். இதை சும்மா வாய்மொழியாகக் கூறவில்லை. அனுபவ ரீதியாக உணர்ந்து கூறியுள்ளார்.

அதாவது கேலப் என்னும் நிறுவனத்தின் ஆய்வு மையத்தின் மூலமாக உலகின் முன்னணி நிறுவனங்களில் உள்ள நூற்றுக்கணக் கான மேலாளர்களைப் பேட்டி கண்டு அதன்மூலமே இந்த உண்மையை அவர் அறிந்துள்ளார். இந்த ஆய்விற்காக அவர் பல ஆண்டுகள் உழைத்தார் என்பதும் உண்மை.

எனினும் இந்த மாதிரியான முயற்சியை மேற்கொண்டவர்கள் உலகளவில் வெறும் 17 சதவீதம் பேர் மட்டுமே என்று மற்றொரு ஆய்வறிக்கை தெரிவிக்கிறது.

இது அதிர்ச்சியைத் தரக்கூடிய உண்மை.

தங்களது பலத்தைப் பற்றிக் கவலைப்படாமல், பலவீனத்தைப் பற்றி மட்டுமே யோசிப்பது என்பது உங்கள் வெற்றிப் பாதையின் தடைக்கல்லாகவே இருக்கும்.

இந்த மாதிரியான மோசமான எண்ணத்திற்கு முழுமையான காரணம் என்னவென்று ஆராய்ந்தால் நிச்சயமாக அது நமது கல்வி அமைப்பில் உள்ள கோளாறுதான் என்கிறார் மார்கஸ்.

ஒரு மாணவன் எந்தப் பாடத்தில் குறைவான மதிப்பெண் களைப் பெற்றிருக்கிறானோ அந்தப் பாடத்தில் அதிகக் கவனம் செலுத்துமாறுதான் அவன் பெற்றோர் மற்றும் ஆசிரியர்களால் வலியுறுத்தப்படுகிறான்.

மிகவும் கஷ்டப்பட்டு, நிறைய பயிற்சிகளை மேற்கொண்டால் மட்டுமே அதிக மதிப்பெண்களை அந்தப் பாடத்தில் பெற முடியும் என்று அந்த மாணவன் போதிக்கப்படுகிறான்.

அதாவது பலவீனம் எது என்பதை அறிந்து அதில் தனது முயற்சியை அதிகம் செலுத்த வேண்டும் என்று உணர்த்தப்படு கிறான்.

ஆக அவனிடம் எது பலமாக இருக்கிறதோ அதை அத்துடன் நிறுத்திக் கொள்ள வேண்டும் என்று மறைமுகமாக வலியுறுத்தப் படுகிறான்.

எது தனக்கு வராது என்று ஒரு மாணவன் கவலையோடு உணர்ந்து சொல்கிறானோ அது அவனுக்கு வரவேண்டும் என்று அழுத்தம் கொடுப்பது எந்த வகையில் சிறப்பானது?

பல நேரங்களில் இப்படி அவனுக்குத் திரும்பத் திரும்ப அழுத்தம் கொடுக்கப்படுவதால் அந்த மாணவனின் சுய மதிப்பையும் இது பாதித்துவிடக்கூடும்.

பலவீனத்தைத் தொடர்ந்து கண்காணித்து வந்தால் அது பலமாக மாறும் என்பது தவறான கருத்து என்றும், இதுவே பல பாதிப்புகளுக்கு இடம் அளித்துவிடும் என்றும் உறுதியாகக் கூறுகிறார் மார்கஸ்.

எத்தனையோ தலைசிறந்த நிறுவனங்கள் வெற்றிப் பாதையில் வேகமாகப் பயணித்துக் கொண்டிருக்கின்றன. இந்தச் சிறந்த வெற்றிக்கு முக்கியக் காரணம் என்ன தெரியுமா?

வேலைகளில் ஈடுபடும் குழுக்களில் அவர்கள் பொதுவான ஒற்றுமையை எதிர்பார்ப்பது கிடையாது. ஒவ்வொரு தனி நபரும் தனது தனித்திறமையைப் பயன்படுத்தி அந்தக் குழுவிற்குச் செய்யும் பங்களிப்பை உறுதி செய்கின்றன. இதுவே அந்த நிறுவனத்தின் இமாலய வெற்றிக்குக் காரணமாக அமைகிறது.

இது மார்கஸின் உறுதியான நம்பிக்கை.

உலகில் எவ்வளவோ உளவியல் நிபுணர்கள் இருக்கின்றனர். அவர்கள் அனைவருமே பல ஆண்டுகளாக மன நோய்கள் குறித்தே தங்களின் ஆய்வையும், பணியையும் செய்து வந்தனர்.

ஆனால் இந்த உளவியல் துறையை 'நேர்மறை உளவியல்' என்னும் புதிய திசையை நோக்கித் திருப்பிவிட்டவர் மார்ட்டின் செலிக்மேன் என்பவர்.

துக்கத்தினாலும், துயரத்தினாலும் ஏற்படும் நோயைக் குணமாக்குவதால் மட்டுமே மகிழ்ச்சியை ஏற்படுத்திவிட முடியாது என்கிறார் மார்ட்டின்.

இதற்கு அழகான, எளிதான உதாரணம் ஒன்றையும் அவர் கூறி நம்மைத் தெளிவிக்கிறார்.

போரை நிறுத்துவது என்பது வேறு; அமைதியை ஏற்படுத்து வது என்பது வேறு.

அதேபோல, நோயைக் குணப்படுத்துவது என்பது வேறு; ஆரோக்கியத்தை ஏற்படுத்துவது என்பது வேறு.

இந்த அருமையான விளக்கத்தைத் தொடர்ந்து தனது கருத்திற்கான பலத்தை இப்போது கூறுகிறார்.

பலவீனத்தைப் போக்குவது என்பது வேறு; பலத்தைப் பெருக்கிக் கொள்வது என்பது வேறு.

மேம்போக்காகச் சொன்னால் இவற்றிற்கு இடையே பெரிய அளவில் வித்தியாசம் ஏதுமில்லை என்று வாதிடுவார்கள். ஆனால் இவை இரண்டிற்கும் வெவ்வேறு மன நிலைகள், வெவ்வேறு முயற்சிகள், வெவ்வேறு உத்திகள் தேவைப்படுகின்றன என்பதை யாராலும் மறுக்க முடியாது என்கிறார் மார்கஸ்.

உதாரணத்திற்கு நமது நாட்டின் கல்வி அமைப்பை எடுத்துக் கொள்ளலாம். ஆங்கிலம் மற்றும் கணிதத்தைப் பிரதானப்படுத்துவதுதான் நமது கல்வித் திட்டத்தின் முக்கிய நோக்கமாக இருக்கிறது. அறிவியல், வரலாறு என்று எவ்வளவோ பாடங்கள் இருந்தாலும் முன்னிலை வகிப்பது என்னவோ ஆங்கிலமும், கணிதமும் மட்டுமே.

பொதுத்தேர்வுகளில் அதிகமான மாணவர்கள் தோல்வியைத் தழுவுவதும் இந்தப் பாடங்களில்தான்.

இவ்விரண்டு பாடங்களையும் நன்றாகப் படித்து அதிக மதிப்பெண்கள் வாங்க முடியாமல் படிப்பைப் பாதியிலேயே விட்ட மாணவர்கள் பலர்.

ஆங்கில மொழியில்தான் படித்தே ஆக வேண்டும் என்ற கட்டாயத்தைக் குறைத்துவிட்டு தாய்மொழியில் படிக்கலாம் என்று தெரிவித்தால், பல மாணவர்கள் தொடர்ந்து உயர் கல்வியைப் பெற்று மிகப் பெரிய அளவில் தங்களையும் உயர்த்தி, இந்த நாடும் உயர்ந்திட துணை புரிந்திருப்பார்கள்.

ஆங்கிலத்தில் அதிகப் புலமை பெற்றவர்களாகத் திகழ்பவர்கள் மேலை நாடுகளில் சென்று பணிபுரிவதற்குத்தான் முதலிடம் தருகிறார்கள் என்னும் உண்மையை நாம் மறந்துவிடக் கூடாது.

கணிதம் வராத மாணவர்களை அந்தப் பாடத்தையே படி, படி என்று வலியுறுத்தக் கூடாது. வரலாற்றுப் பாடத்தில் ஆர்வம் இருந்தால் அதனைப் படிக்கத் தூண்டலாம். வருங்காலத்தில் மிகப் பெரிய வரலாற்று ஆய்வாளர் நாட்டிற்குக் கிடைக்கலாம்.

பன்னிரண்டாம் வகுப்பில் பாடங்களை மாற்றிப் படிக்கும் வாய்ப்பைக் கொடுத்தால் பல மாணவர்கள் தங்கள் உண்மையான பலத்திற்கேற்பத் தங்கள் வாழ்க்கையை உயர்வாக அமைத்திருப்பார் கள்.

அறிவியலும், கணிதமும் ஆங்கில மொழியில் கற்பதே முக்கியம் என்று நாம் வாதாடுகிறோம். பொருளாதாரம், உளவியல், இசை, கலைகள் போன்றவற்றை ஒரு பொருட்டாகவே நாம் நினைப்பதில்லை. இந்தப் படிப்புகளைப் படிக்கக் கூடாது என்பதில் நாம் பிடிவாதமாகவே இருந்து வருகிறோம்.

ஆக, மாணவர்கள் தங்கள் பலத்தைக் கண்டுணர்ந்து அதனைப் பயன்படுத்துவதற்கான வாய்ப்பை அவர்களுக்கு வழங்க நாம் மறுத்து வருகிறோம்.

இது தவறு.

அந்த வாய்ப்பை அவர்களுக்கு அளிக்கும் விதத்தில் கல்வித் திட்டம் மாற்றப்பட்டால் குழந்தைகள் அனைவரும் சிறப்பான முன்னேற்றத்தை அடைவார்கள்.

யாரும் முட்டாள்கள் என்ற தவறான பட்டத்திற்கு ஆளாக மாட்டார்கள்.

இந்த சமூகத்தால் புறக்கணிக்கப்பட மாட்டார்கள்.

இதைத்தான் அழுத்தமாக வலியுறுத்துகிறார் மார்கஸ்.

இன்னொரு விஷயத்தையும் நம்முன் வைக்கிறார் அவர்.

தலைவனை முன் வைத்தே அனைத்துச் செயல்களும் நடைபெற வேண்டும் என்ற ஒரு பழமைவாத சித்தாந்தம் நம்மில் ஊறிக் கிடப்பதையும் அவர் சுட்டிக்காட்டுகிறார்.

ஒரு நிறுவனம் இருக்கிறது. அங்கு ஒரு மானேஜர் இருக்கிறார். அதாவது அவர்தான் தலைவர். மானேஜர் நினைத்தால் போதும் அத்தனையும் நடந்துவிடும் என்று அவருக்குக் கீழ் பணிபுரியும் அத்தனை ஊழியர்களும் நினைக்கிறார்கள்.

அதாவது தலைவனால் மட்டுமே அனைத்தையும் சாதிக்க முடியும் என்ற மனப்பான்மை.

இது உண்மையா என்று யாருமே யோசித்துப் பார்ப்பதில்லை.

ஒரு தலைவனுக்குக் கீழ் பணியாற்றும் ஊழியர்கள் அனை வரும் ஒன்று சேர்ந்து உழைக்காவிட்டால் அந்தத் தலைவன் எப்படி சிறப்பாகச் செயல்பட முடியும்?

நிறுவனத்தை எப்படி முன்னேற்றப் பாதைக்கு இட்டுச் செல்ல முடியும்?

ஒரே ஆள் சரியாக இருந்தால் போதும், அவர் பலம் மட்டுமே அந்தத் துறையைக் காப்பாற்றிவிடும் என்பது மிகமிகத் தவறான எண்ணம் என்று சுட்டிக்காட்டுகிறார் மார்கஸ்.

சிறந்த நிர்வாகம் என்பது தனிநபரின் பலத்தை மட்டுமே நம்பி இருப்பதல்ல. அக்குழுவில் உள்ள அனைவரின் பலமும் அந்தத் துறையில் முழுமையாகத் தனது பங்களிப்பைச் செலுத்துவதன் மூலமே நிர்வாகம் சிறந்து விளங்கும்.

ஆக, பலத்தின் அடிப்படையில் தனிநபர்கள் தேர்ந்தெடுக்கப் பட்டு வளர்க்கப்பட்டால் மட்டுமே அந்தத் துறை சிறப்பாகச் செயல்படும்.

பலத்தின் அடிப்படையில் அனைத்து முயற்சிகளும் மேற்கொள்ளப்படும் போதுதான் சிறந்த குழுக்கள் உருவாகின்றன. இந்த உண்மையைப் புரிந்து கொண்டு அதன்படி நடப்பதுதான் தலைவனின் கடமையாகவும் அமைகிறது.

பலசாலிகள் பலர் இணைந்து ஒரு பலவீனமான குழுவை அமைத்தால் அதன் முடிவு நிச்சயமாகப் பரிதாபகரமாகத்தான் இருக்கும்.

நம்மூர் கோயில்களில் யானைகள் இருப்பதை நாம் பார்க்கிறோம்.

அது என்ன செய்கிறது?

தினமும் கோயிலுக்கு வரும் பக்தர்களின் தலையில் தனது தும்பிக்கையை வைத்து ஆசிர்வதிக்கிறது. அதற்காக அவர்களிடம் சன்மானம் பெற்று அதைப் பாகனிடம் தருகிறது.

இதுதான் கோயில் யானையின் வழக்கமான செயல்பாடு.

ஆனால் உண்மையாகவே அவ்வளவு பெரிய யானையின் பலம் இதுவா?

யோசித்துப் பார்க்க வேண்டும்.

கேரளாவில் யானைகளை வேறு பல கடின வேலைகளுக்குப் பழக்கப்படுத்துகிறார்கள். அவற்றால் என்ன மாதிரியான வேலைகளைச் செய்ய முடியுமோ அவற்றைக் கொடுக்க வேண்டும். அப்போதுதான் அவற்றின் உண்மையான பலம் வெளிப்படும். வாழ்க்கைக்கும் அது உதவும். நாட்டின் வளர்ச்சிக்கும் வழிவகுக்கும்.

மனபலம் என்பது மிக முக்கியமானது. அதை முதலில் உணர வேண்டும். அதன்மீது அழுத்தமான நம்பிக்கை வைக்க வேண்டும். அதனைச் சரியாகப் பயன்படுத்தவும் வேண்டும்.

ஒரு பேரரசு சிற்றரசு மீது படை எடுத்தது. நிச்சயமாகப் பேரரசை எதிர்த்துப் போராடுவதற்குரிய படை பலம் சிற்றரசுவிடம் இல்லை. ஆனாலும் போரிட்டே தீர வேண்டும்.

என்ன செய்வது என்று தீவிரமாக யோசித்தான் சிற்றரசன். படை வீரர்களின் கடவுள் மீதான அபார நம்பிக்கையைப் பயன்படுத்தி போரைச் சந்திக்க முடிவெடுத்தான்.

வீரர்களை அழைத்துப் பேசினான்.

போரில் வெற்றி பெறுவதற்குத் தேவையான படை பலம் நம்மிடம் இல்லை என்பதால் கடவுளின் ஆசிர்வாதம் இருந்தால் மட்டுமே வெற்றி பெற முடியும் என்று அவர்களிடம் விளக்கினான்.

தன்னிடம் உள்ள நாணயத்தைச் சுண்டிவிடப் போவதாகவும் தலை விழுந்தால் கடவுள் நம் பக்கம் இருக்கிறார் என்று அர்த்தம். எனவே போரில் வெற்றி வாகை சூடிவிடுவோம். மாறாக பூ விழுந்தால் கடவுள் நம் பக்கம் இல்லை. எனவே தோற்று விடுவோம் என்று அர்த்தம் என்று வீரர்களிடம் கூறினான்.

இதை அனைத்து வீரர்களும் ஒருமித்த குரலில் ஆமோதித்தனர்.

நாணயம் சுண்டிவிடப்பட்டது.

என்ன ஆச்சரியம்!

தலை விழுந்தது.

வீரர்கள் உற்சாகமானார்கள். கடவுளே தங்கள் பக்கம் இருப்பதால் எந்த சக்தியாலும் தோற்கடிக்க முடியாது என்ற நம்பிக்கை அவர்களுக்குள் அழுத்தமானது. அதனால் அவர்களின் மனபலம் பல மடங்கு அதிகரித்தது.

போரில் உத்வேகத்துடன் வாட்களைச் சுழற்றி வீசினார்கள். எதிரிகள் சுழன்று வீழ்ந்தார்கள்.

கடைசியாக சிற்றரசு வெற்றி பெற்றது.

இந்த வெற்றிக்கு முக்கியக் காரணம் மனபலமும், நம்பிக்கையும் மட்டுமே.

ஓர் உண்மை என்னவென்றால் அந்த நாணயத்தின் இருபுறமும் தலைதான் இருந்தது.

ஆக மனபலம் இருந்தால் வெற்றி நிச்சயம்.

எங்கோ படித்த ஒரு சிறு கற்பனை. ஆனால் அர்த்தம் பொதிந்த உண்மையை விளக்கும் கற்பனை.

திடீரென்று உங்கள் முன்பாக இறைவன் தோன்றி, 'தினமும் உனக்கு 86 ஆயிரத்து 400 ரூபாய் தருவேன். அதில் எவ்வளவு பணத்தை உன்னால் செலவழிக்க முடியுமோ அவ்வளவு செலவு செய். அன்றைய நாள் முடிகிறபோது உன்னிடம் எவ்வளவு பணம் மீதம் இருக்கிறதோ அதை நானே திரும்ப எடுத்துக் கொள்வேன்' என்று கூறுகிறார் என்று வைத்துக் கொள்வோம். நீங்கள் உடனே என்ன செய்வீர்கள்?

86 ஆயிரத்து 400 ரூபாயையும் எப்படியாவது செலவழித்து விட வேண்டும் என்றுதானே நினைப்பீர்கள். போனால் போகட்டும் கொஞ்ச பணத்தையாவது மிச்சம் வைப்பீர்களா என்ன?

இப்போது கடவுள் கொடுப்பது பணம் என்பதற்குப் பதிலாக நேரம் என்று வைத்துக் கொள்ளுங்கள்.

அதாவது தினமும் 86 ஆயிரத்து 400 விநாடிகளை இறைவன் உங்களுக்குக் கொடுத்திருக்கிறார். விலை மதிப்பற்ற நேரம் இது. ஒருநாளில் இந்த விநாடிகளை நீங்கள் செலவழித்தே ஆக வேண்டும். இல்லையென்றால் அதைக் கடவுளே திரும்ப எடுத்துக் கொள்வார்.

செலவழிப்பது என்றால் பயன்படுத்துவது என்று பொருள். பயன்படுத்துவது என்றால் உருப்படியாக நல்ல வழியில் பயன்படுத்துவது என்று அர்த்தம்.

இப்போது யோசித்துப் பாருங்கள் கடவுளால் உங்களுக்குக் கொடுக்கப்பட்ட அந்த விநாடிகளை நீங்கள் எப்படியெல்லாம் பயன்படுத்துகிறீர்கள்?

ஒரு தாளும் பேனாவும் எடுத்துக் கொள்ளுங்கள். ஒருநாளில் எந்த நேரத்தில் என்ன செய்ய வேண்டும் என்று முன்கூட்டியே திட்டமிட்டு அதில் குறித்து வையுங்கள். அதன்படி உங்களைச் செயல்படுத்துங்கள்.

கடவுள் கொடுத்த பொன்னான நேரம் முழுவதையும் சிறப்பாகப் பயன்படுத்த முடியும்.

இதில் இன்னொரு நன்மையும் உண்டு. தேவையற்ற செயல்களில் உங்கள் கவனம் ஒருபோதும் செல்லாது. ஏனென்றால் உங்கள் திட்டப் பட்டியலில் அது இடம்பெற்றிருக்காது.

அதேபோல மற்றவர்கள் விஷயத்தில் தேவையில்லாமல் மூக்கை நுழைத்து வாங்கிக் கட்டிக் கொள்வதும் தவிர்க்கப்படும்.

ஒவ்வொரு நாள் முடிகிறபோதும் நீங்கள் தயாரித்த பட்டியலில் எதைச் செய்துள்ளீர்கள், எதைச் செய்யத் தவறி இருக்கிறீர்கள் என்பதைக் கவனமாகப் பார்க்க வேண்டும். மறுநாள் அந்தத் தவறு நேர்ந்துவிடாமல் கவனமாக இருக்க வேண்டும்.

மறைமுகமாக உங்கள் வாழ்க்கைப் பயணத்தின்மீது இது ஒரு மனபலத்தை உங்களுக்குத் தந்துவிடுகிறது.

வாழ்க்கையைப் பற்றிய தேவையற்ற பயத்தை வீழ்த்தி ஆரோக்கியமான மனதை உங்களுக்குக் கிடைக்கச் செய்கிறது.

மனபலத்தைக் கொண்டவர்களிடம் அவர்களை அறியாமலேயே பல நல்ல குணங்கள் வந்தடைகிறது. பலராலும் மதிக்கப்படுகிறவர்களாக அவர்கள் உயர்ந்து நிற்கிறார்கள்.

அப்படி என்ன நல்ல குணங்கள் வருகின்றன?

பார்க்கலாம்.

01. சிந்தனையில் பக்குவம்

02. சக்தியைப் பாதுகாத்தல்.

03. மாற்றங்களை வரவேற்றல்.

04. பழி போடாதிருத்தல்.

05. நியாய மனப்பான்மை.

06. புத்திசாலித்தனமான துணிச்சல்.

07. தோல்வியை அலட்சியப்படுத்துதல்.

08. பிழை தவிர்த்தல்.

09. வெறுப்புக்கு விடை கொடுத்தல்.

10. தோல்வியே வெற்றிக்கு வழி.

11. தனிமையிலும் இனிமை.

12. கடமையைச் செய்தல்.

13. நிலைத்திருக்கும் ஆற்றல்.

இவை அனைத்துமே நற்குணங்களாகக் கருதப்படுகின்றன. இந்த நற்குணங்களைப் புரிந்து கொள்கிற அளவில் சற்று விளக்கமாகப் பார்க்கலாம்.

1. சிந்தனையில் பக்குவம்

தங்களுடைய நிலைமையை நினைத்து எப்போதும் இவர்கள் வருத்தப்படுவதே கிடையாது. தங்களை யாரேனும் புண்படுத்தும் விதத்தில் நடந்து கொண்டாலோ, தங்களின் மோசமான சூழல்நிலை அவர்களை ஆட்கொண்டாலோ, மற்றவர்களால் மரியாதைக் குறைவாக நடத்தப்படுகிறார்கள் என்றாலோ அவற்றிற்காக அவர்கள் ஒருபோதும் வருத்தம் அடைவதில்லை. அதை நினைத்துக் கொண்டே மூலையில் முடங்கிக் கிடப்பதும் கிடையாது.

அனைத்துத் தவறுகளுக்கும், தங்களின் தவறான செயல்பாடுகளுக்கும் அவற்றின் விளைவுகளுக்கும் தாங்களே பொறுப்பேற்கக் கற்றுக்கொள்வர்.

பழியை ஒருபோதும் பிறர்மீது போடுவதே கிடையாது. துணிச்சலுடன் அதைத் தாங்களே ஏற்றுக் கொள்வார்கள்.

தினசரி வாழ்க்கையில் நடப்பவற்றில் பல நியாயமற்றவையாக இருக்கும் என்பதை அவர்கள் இயல்பாகவே உணர்ந்தவர்களாக விளங்குவார்கள்.

தோல்வி ஏற்பட்டால் அதனைத் தனக்குக் கிடைத்த நல்ல பாடமாக எடுத்துக் கொள்வார்கள். சுய விழிப்புணர்வுடனும், நன்றி உணர்வுடனும் இருப்பார்கள்.

மிகவும் மோசமான சூழ்நிலை ஏற்பட்டால் 'பரவாயில்லை, அடுத்து என்ன?' என்று அடுத்ததைப் பற்றி யோசிக்க ஆரம்பித்து விடுவார். அந்தப் பிரச்சனையிலேயே கிடந்து வெந்து போக மாட்டார்கள்.

2. சக்தியைப் பாதுகாத்தல்

மனோபலம் உடையவர்கள் தங்களைப் பிறர் புண்படுத்தவும், சிறுமைப்படுத்தவும் அனுமதிப்பதில்லை. செயல்கள், உணர்ச்சிகள் போன்றவை தங்கள் கட்டுப்பாட்டுக்கு உட்பட்டவை என்பதை அவர்கள் நன்கு புரிந்து வைத்திருப்பார்கள்.

புறச் செயல்களில் தாங்கள் எவ்வாறு செயல்படுகிறோம் என்பதில் மட்டுமே தங்களின் சக்தி அடங்கி உள்ளதாக அவர்கள் உணர்ந்து கொண்டிருப்பார்கள்.

தங்களின் சக்தியை எங்கு, எப்போது வெளியிட வேண்டும் என்பதைத் திறம்படக் கணித்து வைத்திருப்பார்கள். அதுவரை

தங்கள் சக்தியைப் பாதுகாத்து வைத்திருப்பதில் கெட்டிக்காரர் களாகத் திகழ்வார்கள்.

3. மாற்றங்களை வரவேற்றல்

மாற்றங்களையும் சவால்களையும் சந்தோஷமாக வரவேற்கும் குணம் படைத்தவர்களாக இருப்பார்கள்.

அவர்களுக்கும் அச்சம் உண்டு. ஆனால் அந்த அச்சம் மற்றவர்களைப் போன்றதாக இருக்காது. தங்கள் செயலில் ஏதாவது தேக்கநிலை ஏற்பட்டுவிடுமோ என்ற பயம் இருக்கும். செய்யும் செயலில் போதும் என்ற மனநிறைவு அடைய நேரிட்டு விடுமோ என்ற அச்சம்தான் அவர்களிடம் இருக்கும்.

மாற்றம், நிலையற்ற தன்மை ஒருவரை மேலும் ஆற்றல் உடையவராக மாற்றி அவர்களை இன்னும் சிறப்பாக மாற்று வதற்கே உதவும் என்ற வலுவான கருத்தை இவர்கள் கொண்டிருப் பார்கள்.

4. பழி சுமத்தலாகாது

எப்போது தவறு செய்தாலும் அதற்கு ஏதாவதொரு காரணத்தைக் கண்டுபிடித்து அதன்மீது அல்லது அவர்கள் மீது பழியைச் சுமத்துவது என்பது இவர்களிடம் ஒருபோதும் இருக்காது.

அதாவது அலுவலகத்திற்குத் தாமதமாகச் சென்றால் வாகன நெரிசல், அல்லது விபத்து என்று எதன் மீதாவது பழி சுமத்துவதை இவர்கள் செய்வதில்லை.

மேலதிகாரி ஏதாவது தவறைக் கண்டுபிடித்து விளக்கம் கேட்டால் பக்கத்து இருக்கையில் இருக்கும் சகா மீது பழியைப் போடுவதை இவர்கள் செய்யவே மாட்டார்கள்.

தவறுகள் அனைத்துமே தங்கள் சக்திக்கு அப்பாற்பட்டவை என்பதை இவர்கள் நன்றாகவே உணர்ந்தவர்களாக இருப்பார்கள்.

ஒரு மோசமான சூழலில் என்ன மாதிரியாக நடந்து கொள்ள வேண்டும், எப்படி செயலாற்ற வேண்டும், என்ன மாதிரியான மனப்பாங்குடன் நடந்து கொள்ள வேண்டும் என்பது இவர்களுக்கு அத்துப்படி.

தங்கள் மனதைக் கட்டுப்படுத்தும் ஆற்றல் தங்களிடம் உண்டு என்பதைத் தெளிவாகவே உணர்ந்தவர்கள் இவர்கள்.

5. நியாய மனப்பான்மை

பொதுவாக மனிதர்களில் பெரும்பாலானோர் நியாயமற்ற மனப்பான்மை உள்ளவர்களாகவே விளங்குகின்றனர். அதாவது பிறரைத் திருப்திபடுத்தினால் மட்டும் போதும் தன்னால் நிம்மதியாகவும், சந்தோஷமாகவும் வாழ்ந்துவிடலாம் என்று தப்புக் கணக்குப் போட்டு சதாசர்வகாலமும் இந்தத் துதிபாடலைப் பாடியே நாட்களை வீணாக்குவோர் ஒருவகை.

மற்றொரு வகையினர் எப்படி என்றால் தங்களிடம் காணப்படும் சிறிதளவு ஆற்றலை மிகப் பெரிய கடலளவு ஆற்றலாகப் பெரிதாக்கி, தனது இமேஜை அதிகப்படுத்துவதற்காகப் பிறர் மனதை மனசாட்சியே இல்லாமல் புண்படுத்துவது.

மனோபலம் மிக்கவர்கள் நிச்சயமாக இதுபோன்ற தவறான பழக்க வழக்கங்களைத் தங்களிடம் வைத்துக் கொள்ள மாட்டார்கள். மற்றவர்களுடன் அன்பு மற்றும் நியாயத்துடன் நடந்து கொள்வார்கள்.

மேலும் நியாயமான காரணங்கள் இருந்தால் மட்டுமே மற்றவர்களைத் திருப்திபடுத்த முனைவார்கள். அதேபோல தவறு இருந்தால் அதனைச் சுட்டிக்காட்டி, நியாயத்தை எடுத்துரைக்கத் தயங்கவும் மாட்டார்கள்.

6. புத்திசாலித்தனமான துணிச்சல்

இக்கட்டான சூழ்நிலையின்போது நன்கு ஆலோசித்து, அபாயகரமான நடவடிக்கை என்றாலும் அதில் துணிச்சலாக ஈடு படுவார்கள்.

இதுபோன்ற அபாயகரமான நடவடிக்கையில் இறங்கும் வேறு பலரும் உண்டு. ஆனால் அவர்கள் கண்மூடித்தனமாக, ஆழமாக சிந்தித்துப் பார்க்காமல் முரட்டுத்தனமாகச் செயல்படுவார்கள்

இவ்விரண்டுக்கும் வித்தியாசங்கள் நிறைய உண்டு.

'எண்ணித் துணிக கருமம்..' என்பார் வள்ளுவப் பெருந்தகை. மனபலம் மிகுந்த ஒருவர், தான் எதிர்நோக்கும் அபாயகரச் சூழல் மற்றும் அதனால் விளையக்கூடிய நற்பயன்களைப் பற்றி ஆழ்ந்து சிந்தித்து, அந்தச் சூழலில் ஏற்படக்கூடிய எதிர்மறை விளைவுகளையும் கணக்கில் எடுத்துக் கொண்ட பிறகே நடவடிக்கையில் ஈடுபடுவதே சிறப்புடையது. அதனை மனபலம் கொண்டவர்கள் செய்வார்கள்.

7. தோல்வியை அலட்சியப்படுத்துதல்

கடந்தகால அனுபவங்களில் இருந்து கற்றுக்கொண்டவற்றை மனதிற்குள் நன்றாகப் பதித்துக் கொண்டால் அது ஓர் ஒப்பற்ற ஆற்றலை அள்ளித் தரும்.

அதேநேரத்தில் கடந்தகால ஏமாற்றங்கள், தவறுகள், கடந்து போன மகிழ்ச்சியான தருணங்களிலேயே தங்களின் மனத்தை இழந்து அதிலேயே லயித்திருக்கச் செய்யும் போலியான கற்பனை வாழ்க்கையை மனோபலம் மிக்கவர்கள் நிச்சயமாகச் செய்ய மாட்டார்கள்.

மனபலம் மிகுந்தவர்கள் தங்களின் சக்தியை நிகழ்காலம் மற்றும் எதிர்காலத்தை உருவாக்குவதில் மட்டுமே செலவிடுவார்கள்.

8. பிழை தவிர்த்தல்

கிடைத்த ஒன்றை அல்லது அடைந்ததைக் காட்டிலும் இன்னும் அதிகமான ஒன்றை அடைய வேண்டும் என்று எதிர்பார்த்து ஒரேவிதமான நடவடிக்கையே மேற்கொள்வார்கள் சிலர்.

இவர்கள் நிச்சயமாக நல்ல மனோநிலையை அடைந்தவர்கள் என்று சொல்ல முடியாது. பைத்தியம் என்றும் இவர்களை அழைக்கலாம்.

ஆனால் மனபலம் உள்ளவர்கள் தங்களது கடந்தகால மோசமான நடவடிக்கைக்காக முழுப் பொறுப்பையும் ஏற்றுக் கொள்வார்கள். அந்தத் தவறுகளில் இருந்து திருத்திக் கொள்ளவும் முனைப்பு காட்டுவார்கள்.

சரியான, பலனளிக்கும் சுயபிரதிபலிப்பு செய்யும் ஆற்றலை வெற்றியாளர்கள் தங்கள் வசம் வைத்திருப்பார்கள்.

9. வெறுப்புக்கு விடை கொடுத்தல்

தவறான வழியைக் கடைப்பிடிக்காமல் உண்மையான வெற்றியைப் பிறர் அடைந்தால் அவர்களை உண்மையான மனத்தோடு மகிழ்ச்சியாகப் பாராட்டும் மனவலிமை எல்லோருக்கும் இருப்பதில்லை. ஆனால் மனவலிமை படைத்தவர்கள் அதனைத் தெளிவாகவும் கச்சிதமாகவும் செய்வார்கள்.

பிறரது வெற்றியைப் பார்த்து அவர்கள் ஒருபோதும் பொறாமை கொள்வதே இல்லை.

குறுக்கு வழிகளைத் தேடாமல், வெற்றிகளுக்கான தங்களின் சொந்த வாய்ப்புகளுக்காகக் கடுமையாக உழைத்திடவும் அவர்கள் தயங்கமாட்டார்கள்.

10. தோல்வியே வெற்றிக்கு வழி

தோல்வி ஒவ்வொன்றும் அவர்களை மேம்படுத்தும் கருவி என்றே கொள்ள வேண்டும். மிகப் பெரிய முன்னேற்றத்தை அடைந்த பலரும் ஆரம்பக் காலங்களில் பலப்பல தோல்விகளைச் சந்தித்த பிறகே இத்தகைய வளர்ச்சியை அடைந்தவர்களாகவே இருப்பார்கள்.

மனபலமும் மனஉறுதியும் உடையவர்கள் தங்களின் ஒவ்வொரு தோல்வியையும் வெற்றிக்கான படிக்கட்டுகளாகத்தான் ஏற்றுக்கொள்வார்கள். மீண்டும் மீண்டும் தோல்வியைத் தழுவுவதை அவர்கள் சந்தோஷமாகவே ஏற்றுக்கொள்வார்கள்.

ஏனென்றால் அப்போதுதான் வெற்றி நிரந்தரமாகவும், உறுதியாகவும் நிலைத்து நிற்கும் என்ற உண்மை அவர்களுக்கு நன்றாகவே தெரியும்.

11. தனிமையிலும் இனிமை

தனிமையான தருணங்களை அனுபவிப்பதும், அவற்றைப் போற்றிப் பாதுகாப்பதும் மனவலிமை கொண்டோரின் செயலாக இருக்கும். அதேபோல் அவர்களின் மனம் சரியில்லாமல், அமைதி யற்று இருக்கும் நேரங்கள் பிரதிபலிப்பு, திட்டமிடல், உற்பத்தித் திறன் வளர்ச்சி போன்றவற்றிற்காகப் பயன்படுத்துகின்றனர்.

தங்களின் மகிழ்ச்சி, உற்சாகம், திருப்தி போன்றவற்றை இன்னும் அதிகரித்திட பிறரை ஒருபோதும் அவர்கள் நம்பி இருப்பதே கிடையாது.

எப்போதும் மகிழ்ச்சியை ஒரே அளவில் அனுபவிக்கிறார்கள். அது தனிமைப் பொழுதாக இருந்தாலும் சரி, பிறருடன் இருக்கும் பொழுதாக இருந்தாலும் சரி.

12. கடமையைச் செய்தல்

இன்றைய காலக்கட்டம் ரொம்பவே சிக்கலானதாக உள்ளது. பொருளாதாரச் சூழல் அதிகமாகச் சிரமப்படுத்துகிறது. தனது விருப்பப்படியான கல்வி தனக்குக் கிடைக்கவில்லை என்றும், தனது தகுதிக்கு ஏற்ற பணி கிடைக்கவில்லை என்றும், தனது உழைப்பிற்கு

ஏற்ற ஊதியம் கிடைக்கவில்லை என்றும் அனைவருமே ஒருவித மன வருத்தத்தில் இருக்கின்றனர்.

இதற்கெல்லாம் விலைவாசி உயர்வும், வாழ்க்கைத் தரமும், இன்னபிற காரணங்கள் இருந்தாலும் இந்தக் கோபம் மற்றும் விரக்தி நிலை காணப்படுவது ஏற்றுக்கொள்ளத்தக்கதா? என்பதில் முரண்பட்ட கருத்துக்கள் இருக்கத்தான் செய்கின்றன.

இது ஒருபுறமிருக்க மனவலிமை உடையவர்கள் இதைப்பற்றிக் கவலைப்படுவதே கிடையாது. ஒவ்வொரு நிலைப்பாட்டிலும் முயற்சி எடுத்துக் கொண்டே இருக்கிறார்கள். கடினமான உழைப்பைக் கொடுத்துக் கொண்டே இருக்கிறார்கள். தங்கள் சொந்த முயற்சியில் வெற்றிகளைத் தொட தங்களைத் தயார்ப் படுத்திக் கொண்டே இருக்கிறார்கள்.

13. நிலைத்திருக்கும் ஆற்றல்

தங்களது எந்தவொரு நடவடிக்கையாக இருந்தாலும் அது நீண்ட காலத்திற்கு நீடித்து நிற்கும் என்ற நம்பிக்கையுடன்தான் செயல்படுகிறார்கள் மனபலம் மிக்கவர்கள்.

உடனடி வெற்றி மற்றும் தற்காலிக வெற்றியை அவர்கள் ஒருபோதும் விரும்புவது கிடையாது. அப்படிப்பட்ட செயலை முன்கூட்டியே அவர்கள் தெரிந்து வைத்துக் கொள்கிறார்கள்.

சிறுசிறு வெற்றிகளைக்கூட அவர்கள் மிகப் பெரிய வெற்றிக்கான படிக்கட்டுகள் என்று நினைத்தே தங்கள் செயலைத் தொடர்கிறார்கள். ஒருபோதும் சிறிய வெற்றிகளை இகழ்ச்சியாக நினைத்து ஒதுக்கித் தள்ளுவதே கிடையாது.

உண்மையான வெற்றியைத் தொட வேண்டுமென்றால் அதற்கு நீண்ட காலம் ஆகும் என்ற உண்மையை அவர்கள் தெளி வாக உணர்ந்திருக்கிறார்கள்.

இவைதான் மனபலம் உடையவர்களின் நற்பண்புகளாக இருக்கின்றன. இந்தப் பண்புகளே அவர்களை முன்னோக்கி உயர்ந்த நிலையை அடைவதற்கு அழைத்துச் செல்கின்றன. வெற்றியை அள்ளிக் கொடுக்கின்றன.

மனபலம் படைத்தவர்கள் வெற்றியைத் தொடுவதற்கு சற்று காலதாமதம் ஆகும். ஆனால் அவர்களின் வெற்றி உறுதியாகவும் இறுதியாகவும் இருக்கும். அதில் அவர்களுக்குக் கிடைக்கும் சந்தோஷம் அழுத்தமாகவும் அதிகபட்சமாகவும் இருக்கும்.

எட்டு

பிடிவாதம்

பிடிவாதம் என்றால் ஒரு கொள்கையில் மாறா பிடிப்பைக் கொண்டிருப்பது என்று பொருள். அதாவது எடுத்த காரியத்தைத் தொய்வின்றித் தொடர்ந்து செய்வதைப் பிடிவாதம் என்று கூறலாம்.

உதாரணமாக நூலகம் ஒன்றை அமைக்க வேண்டும் என்பதில் தொடர்ந்து ஈடுபாடு காட்டுவது பிடிவாதம். அதேநேரத்தில் அந்த நூலகத்தைத் தனது எதிரிக்குச் சொந்தமான இடத்தில்தான் கட்டவேண்டும் என்று நினைப்பது தவறான பிடிவாதம்.

வீண்பிடிவாதம், வறட்டுப் பிடிவாதம் என்றெல்லாம் பிடிவாதத்தில் பல வகைகள் உள்ளன.

ஒருசெயலைச் செய்ய முனைகிற போது அதற்குப் பலரும் எதிர்ப்பு தெரிவித்தால் அந்தச் செயலில் ஏதோ ஒரு

தவறு இருக்கிறது என்பதுதான் அதற்கு அர்த்தம். எனவே அந்தச் செயலைச் செய்வதில் இருந்து பின்வாங்கிட வேண்டும். அவ்வாறு இல்லாமல் எத்தனை பேர் எதிர்த்தாலும் அந்தச் செயலைச் செய்தே முடிப்பது என்று வரிந்து கட்டிக் கொண்டு ஈடுபட்டால் அது வீண்பிடிவாதம் என்றாகிவிடும்.

'வறட்டுப் பிடிவாதம் உள்ளவர்களுக்கு அவர்கள் சந்திக்கும் இழப்புகளே அதிகம்' என்றார் ஷேக்ஸ்பியர்.

பிடிவாதமாக ஒரு செயலைச் செய்கிறபோது அது விடாமுயற்சி என்ற நிலையில் இருந்து நழுவி வறட்டுப் பிடிவாதமாக மாறிவிட்டால் முன்னேற்றங்கள் நிச்சயமாகத் தடைப்பட்டுவிடும்.

'முயலுக்கு மூன்று கால்கள்' என்று சொல்வது. அதனை மற்றவர்கள் தவறு என்று சொன்னாலும் அதை ஏற்றுக் கொள்ளாமல் இருப்பது வறட்டுப் பிடிவாதம்.

ஆங்கிலம் அல்லது வடமொழியைக் கற்று முன்னேற வேண்டும் என்று தமிழ்த் தாத்தா உவேசாவின் பாட்டனார் வற்புறுத்தியபோது தமிழ்தான் கற்பேன் என்று பிடிவாதமாக மறுத்தவர் உவேசா.

இங்கிலாந்தில் வட்ட மேஜை மாநாட்டில் கலந்துகொள்ளச் சென்றபோது பிடிவாதமாகத் தனது வழக்கமான அரைகுறை ஆடையோடு பங்கேற்றார் மகாத்மா காந்தியடிகள்.

கல்கி கிருஷ்ணமூர்த்தி விகடனில் ஆசிரியராகப் பணியாற்றி வந்தபோது பத்திரிகை அதிபர் எஸ்.எஸ்.வாசன் அனுமதி மறுத்தும் பிடிவாதமாக சத்யாக்கிரகப் போராட்டத்தில் பங்கேற்று சிறை சென்றார்.

சாதனையாளர்களும், இலட்சியவாதிகளும் பிடிவாத குணத்தைத் தாராளமாகவே கொண்டிருந்தார்கள் என்பதை அவர்களின் அனுபவ வரலாறு தெளிவாகக் கூறுகிறது.

பிடிவாதம் என்பது சாதாரண மனிதர்களுக்கும் உண்டு என்றாலும் அது பல நேரங்களில் சந்தர்ப்ப சூழ்நிலைகளுக்காக விட்டுக் கொடுக்கப்பட்டு விடுகிறது.

சில பெற்றோர்கள் தங்களது குழந்தைக்கு கணிதப் பாடம் மண்டையில் ஏறவில்லை என்றாலும் நிச்சயமாக பொறியாளர் ஆக வேண்டும் என்று பொறியியல் கல்லூரியில் சேர்க்கத் துடிப்பார்கள்.

இது வறட்டுப் பிடிவாதம்.

பிடிவாதம் நல்ல குணம்தான்.

தான் கொண்ட கொள்கைக்காகப் பிடிவாதம் பிடித்து அந்த வழியில் பயணிப்பது தவறென்று கூறமுடியாது. அந்தப் பயணத்தை வெற்றிப் பயணமாக மாற்றும்வரை பிடிவாதமாக அதே பாதையில் பயணிப்பது நிச்சயமாக உயர்வான ஒன்றே.

பிடிவாத குணம் உடையவர்கள் கொடிய புயலையும் எதிர்த்து நிற்கும் துணிவும் நம்பிக்கையும் உடையவர்களாக விளங்குவார்கள். அதேபோல தங்களின் கொள்கையை எக்காரணம் கொண்டும் யாருக்காகவும் விட்டுக் கொடுக்கவே மாட்டார்கள்.

தனது பயணம் எதை நோக்கி இருக்க வேண்டும் என்பதில் மிகத் தெளிவாக இருப்பார்கள்.

எந்த நிலையிலும், தனது நிலைப்பாட்டை மாற்றிக் கொள்ளவே மாட்டார்கள்.

தனக்கான வாய்ப்பை அவர்களே உருவாக்கிக் கொள்வார்கள்.

எதிர்ப்புகள் இவர்களைப் பின்வாங்கச் செய்யாது.

எதிர்மறைப் பேச்சுக்கள் இவர்கள் இருக்கும் திசைப்பக்கமே செல்லாது.

தனது கொள்கைக்காகவும், இலட்சியத்திற்காகவும் எந்த மாதிரியான தியாகத்தைச் செய்யவும் தயங்க மாட்டார்கள்.

அன்பாலும் சரி, அச்சுறுத்தலாலும் சரி இவர்களின் இலட்சியப் பாதையை எவராலும் மாற்றவே முடியாது.

தனித்தன்மையோடு இருப்பதையே விரும்புவார்கள். அதை இழக்க ஒருபோதும் அனுமதிக்க மாட்டார்கள்.

கச்சிதமான முடிவை யோசித்து, அதே நேரத்தில் காலம் தாழ்த்தாமல் எடுப்பார்கள்.

எடுத்த முடிவில் பிரச்சனை ஏற்பட்டால் அதற்கான முழுப் பொறுப்பையும் துணிச்சலுடன் முன்வந்து ஏற்றுக் கொள்வார்கள்.

மற்றவர்களின் கருத்தில் உண்மைத் தன்மையும், நியாயமும், காரணமும் இருந்தால் மட்டுமே அதனை ஏற்பார்கள்.

இவர்களைத்தான் பிடிவாதக்காரர்கள் என்று சொல்கிறார்கள். இந்த மாதிரியான நற்குணங்களை உடைய பிடிவாதம் எப்படித் தவறு என்று சொல்ல முடியும்?

பிடிவாதக்காரன் என்பதைப் பெரும் குற்றம் செய்ததற்கு இணையானவனாகத்தான் இந்த உலகம் கருதுகிறது.

ஆனால் பிடிவாதம் என்பது முழுக்க முழுக்க விடாமுயற்சி என்பதே. விடாமுயற்சி எப்படி தவறானதாக இருக்க முடியும்?

இன்னும் விளக்கமாகச் சொல்வதானால் அடிப்படையாக ஒருவரிடம் இருக்கும் பிடிவாதக் குணம் வெளியே செயல்படுகிற போது அது விடாமுயற்சியாகிறது.

பிடிவாதக் குணம் என்பது நிச்சயமாகத் தேவை. யார் எதைச் சொன்னாலும் பூம்பூம் மாட்டைப்போலத் தலையாட்டுவது, சிக்கலான பிரச்சனைகளின்போது அதற்கான தீர்வைப் பற்றி யோசிக்காமல் ஒதுங்கி நிற்பது போன்றவை மிகவும் தவறானது. இது அவர்களின் வேகமான முன்னேற்றத்திற்குப் பெரும் தடையாக அமையும்.

ஆனால் பிடிவாதக் குணம் சில நேரங்களில் ஆபத்தையும் ஏற்படுத்திவிடக்கூடும்.

பக்கத்து வீட்டுக்காரருக்கும், உங்களுக்கும் நீண்ட நாள் பகை. சுவர் எழுப்பியது, கழிவு நீரை மற்றவர் வீட்டில் விட்டது என்று ஏதோ ஒரு சண்டை தொடங்கி அது முற்றிவிட்டது என்று வைத்துக் கொள்ளுங்கள்.

எக்காரணம் கொண்டும் அவரது விஷயத்தில் தலையிடக்கூடாது என்பதில் நீங்கள் பிடிவாதமாக இருக்கிறீர்கள். இந்த நேரத்தில் சாலையில் விபத்திற்குள்ளாகி உயிருக்கு அவர் போராடிக் கொண்டிருக்கிறார் என்று வைத்துக் கொள்ளுங்கள்.

அப்போதும் நீங்கள் உங்கள் பிடிவாதக் குணத்தைக் கெட்டியாகப் பிடித்துக் கொண்டிருந்தால் அது பெரும் தவறு. இந்தக் குணத்தைத் தளர்த்திக் கொண்டு அவருக்கு உதவி செய்ய வேண்டும்.

அதுதான் மனிதநேயம்.

பொதுவாக பிடிவாத குணம் உடையவர்களிடம் கூடவே கோபமும், சுயநலமும் அதிகமாக இருக்கும். இதனால்தான் பிடிவாதக் குணம் உடையவர்களைப் பலரும் வெறுக்கிறார்கள்.

ஆனால் உண்மையில் எதிர்மறை உணர்வுகளைக் கொண்டவர்கள் மட்டுமே பிடிவாதக் குணத்தை சுயநலத்திற்காகக் கடைப்பிடித்து அதனை வறட்டுப் பிடிவாதமாகவும் மாற்றி பலரது வெறுப்பைச் சம்பாதிக்கிறார்கள்.

ஒரு படகில் பயணித்துக் கொண்டிருக்கிறீர்கள். நதியின் மையப் பகுதியில் படகு சென்றுகொண்டிருந்தபோது திடீரென்று அதில் ஓட்டை விழுந்துவிடுகிறது. படகிற்குள் தண்ணீர் குபுகுபு வென்று பாய்கிறது.

அப்போது, 'என்னவானாலும் சரி, நான் படகில் இருந்து இறங்க மாட்டேன்' என்றால் அது வீண்பிடிவாதம்.

மாறாக, 'எக்காரணம் கொண்டும் இந்தப் படகை நதியில் மூழ்க விடமாட்டேன்' என்று கூறி அந்த ஓட்டையை அடைப்பதற் காகத் தீவிரமாக ஈடுபட்டால் அது விடாமுயற்சி. அதாவது பிடிவாதம்.

பிடிவாதம் என்பது மெல்லிய கயிற்றில் நடப்பதைப்போல. சற்று தடுமாறினாலும் மரணம் நிச்சயம். மரணம் என்பது இங்கே எதிர்மறைச் செயல்.

அதாவது பிடிவாதக் குணம் நேர்மறையாகவும் இருக்கும். சற்றுத் தவறினால் எதிர்மறையாகவும் மாறிவிடும்.

மிகுந்த எச்சரிக்கைத் தேவை.

பொதுவாகப் பிடிவாதம் என்பதை வைராக்கியம் என்றும் சொல்வார்கள். வைராக்கியம் என்பது வடமொழிச் சொல். இதன் உண்மையான அர்த்தம் என்னவென்றால் 'எதன் மீதும் பற்றின்மை' என்பதாகும்.

உலக இன்பங்களில் ஆசை வைத்து, அதிலேயே சுற்றிச் சுழன்று, அதற்கு அடிமையாக இல்லாமல் இருப்பதே மனப்பக்குவம். இதுவே வைராக்கியம்.

ஆனால் வைராக்கியத்திற்கும் பிடிவாதத்திற்கும் நிறைய வித்தியாசம் உண்டு.

பிடிவாதம் என்பது ஒன்றைச் செய்வதற்காக உறுதியோடு அதை நோக்கிப் பயணிப்பது என்பதை ஏற்கனவே பார்த்தோம்.

எனவே பிடிவாதம் வேறு; வைராக்கியம் வேறு என்பதை நாம் புரிந்துகொள்ள வேண்டும்.

பிடிவாதம் என்பதில் நமது மனவலிமை அடங்கி இருக்கிறது. மனஉறுதி அடங்கி இருக்கிறது.

நாம் நினைத்த காரியத்தை உறுதியோடு செய்து முடிக்க வேண்டுமென்றால் அதற்கு மனஉறுதி அவசியம்.

செய்ய முடியாத ஒன்றைக் கண்டிப்பாகச் செய்து முடிக்க வேண்டும் என்று செயல்படுவது வீண்பிடிவாதம்.

இமயமலையைப் பெயர்த்து எடுத்து பொதிகை மலைக்குப் பக்கத்தில் வைத்துவிட முடியும் என்று நினைத்து அதற்காகத் தீவிரமாகச் செயல்பட்டால் அது வீண்பிடிவாதம்.

'மனிதர்கள் ஒவ்வொருவரும் இந்த உலகை மாற்ற வேண்டும் என்று நினைக்கிறார்கள். ஆனால் ஒருவர்கூடத் தன்னை மாற்றிக் கொள்ள வேண்டுமென்று நினைப்பதில்லை' என்கிறார் லியோ டால்ஸ்டாய்.

தன்னை மாற்றிக் கொள்ளாத எவரும் இந்த உலகில் மிகப் பெரிய சாதனையை நிகழ்த்துவது என்பது சாத்தியமே இல்லை. தன்னை மாற்ற முயற்சிக்காமல் மற்றவர்களை மாற்ற வேண்டும் என்று நினைத்து செயல்படுவது வீண்பிடிவாதம்.

ஆக, இந்த வீண்பிடிவாதம், வறட்டுப் பிடிவாதம் போன்றவற்றை உதறித் தள்ளிவிட்டு பிடிவாதக் குணத்தை மட்டும் கெட்டியாகப் பற்றி நிற்பது தவறனாது கிடையாது.

உயரிய, சிறந்த, நல்ல செயலைச் செய்து முடித்தே ஆக வேண்டும் என்று அதிசிரத்தையுடன் கடினமாக உழைப்பது என்ற பிடிவாதம் ஒருவரை மனவலிமை உள்ளவராகக் காட்டுகிறது.

எத்தனையோ துன்பங்கள், துயரங்கள், இடையூறுகள், கெடுபிடிகள் வந்தபோதும் அகிம்சை என்னும் உயரிய நிலையில் இருந்தும், நேர்மை என்னும் பண்பில் இருந்தும் விலகவே மாட்டேன் என்று தனது இலட்சியத்தில் பிடிவாதமாக இருந்தார் மகாத்மா காந்தியடிகள்.

ஆபிரகாம் லிங்கன் எத்தனையோ முறை தேர்தலில் தோல்வியைத் தழுவியபோதும் வெற்றியைப் பிடிக்கும் வரை விடப்போவதில்லை என்று திரும்பத் திரும்பத் தேர்தலில் போட்டியிட்டு இறுதியில் அமெரிக்க அதிபரானார்.

இந்தப் பிடிவாத குணம் பாராட்டுக்குரியது.

இலட்சியத்தின் மீது உறுதியும், கொள்கையின் மீது அசைக்க முடியாத பிடிப்பும், தளராத முயற்சியும் உடைய பிடிவாத குணம் கொண்டவர்கள் உலகில் மிகச் சிறந்த தலைவர்களாகவும், உன்னதமான அறிஞர்களாகவும் பிரகாசித்துள்ளனர்.

அதேபோன்ற பிடிவாதத்தைத்தான் ஹிட்லரும் கொண்டிருந் தார். இந்த உலக மக்கள் எவ்வளவு துன்பப்பட்டாலும் பரவா

யில்லை, அத்தனை நாடுகளையும் கைப்பற்றி ஆட்சி செய்வேன் என்ற பிடிவாதத்துடன்தான் அவரும் செயல்பட்டார்.

அதேபோலத்தான் இடிஅமீனும். தனது மக்களின் துன்பத்தை விடவும் தனது இன்பம்தான் முக்கியம் என்ற ஒரே இலட்சியத்துடன் செயல்பட்டார். இதுவும் பிடிவாதம்தான்.

ஆனால் துன்பம் தருகிற, தவறுகளை இழைக்கிற எந்தவொரு பிடிவாதமும் நிச்சயமாக வீண்பிடிவாதமாகத்தான் இருக்கும்.

கொண்ட கொள்கையும் இலட்சியமும் நேர்மையானதாக, நல்லதாக, முன்னேற்றத்தைத் தருவதாக இருந்தால் மட்டுமே அது பிடிவாதம். அதுதான் அவரையும் உயர்த்தும். அகில உலகையும் உயர்த்தும்.

சுயலாபம், வீண் கௌரவம், ஆணவம் ஆகியவற்றைத் தனது அடிப்படைக் குணமாக வைத்துக்கொண்டு செயல்பட்டால்

அதனால் தவறுகள்தான் அதிகம் கிடைக்கும். அது தவறு என்று தெரிந்த பிறகும் அதிலிருந்து விலகாமல் தொடர்ந்து பிடிவாதமாகச் செயல்பட்டால் அது வறட்டுப் பிடிவாதம்.

இந்த வறட்டுப் பிடிவாதம்தான் ஹிட்லரைத் தற்கொலை செய்து கொள்ளத் தூண்டியது. முசோலினியைக் கொலை செய்யக் காரணமாக இருந்தது.

தன்னுடைய திறமையால் ஒருவன் உயரத்தை எட்டிப் பிடித்தாலும் சுயஒழுக்கம் இல்லை என்றால் அந்த உயரத்தில் இருந்து தடுமாறிக் கீழே விழுந்துவிடுவான் என்பது உறுதி.

'மனிதன் தனது மனநிலையை மாற்றிக் கொள்வதன் மூலம் தனது வாழ்க்கையை மாற்றிக் கொள்ளலாம் என்பதே எனது அரிய கண்டுபிடிப்பு' என்கிறார் உளவியலாளர் வில்லியம் ஜேம்ஸ்.

அதாவது சிறுவயதில், இளமைக் காலத்தில் ஏற்படும் பிடிவாதம் பின்னர் ஏதாவது ஒரு காலக்கட்டத்தில் மாறிவிடுகிறது.

'மனோபலம் கொண்டவனுக்கு ஆயுதபலம் தேவையில்லை' என்றார் மகாத்மா காந்தி.

இது மிகப் பெரிய உண்மை.

இதுதான் சத்தியவாக்கு.

கோழைகள்தான் எப்போதும் ஆயுதங்களைக் கையில் வைத்துக் கொண்டு அலைவார்கள்.

அவர்கள் தன்னம்பிக்கை இல்லாதவர்கள். பிறரைக் கண்டு அஞ்சுபவர்கள்.

'குரைக்கிற நாய் கடிக்காது' என்பார்கள்.

அப்படித்தான் இவர்களும். ஆயுதத்துடன் அலைந்தால் மற்றவர்கள் பயப்படுவார்கள், என்ன வேண்டுமென்றாலும் செய்து சுகித்திருக்கலாம் என்பது இவர்களின் எண்ணம்.

என்றாவது ஒருநாள் மற்றவர்களும் கையில் ஆயுதத்தைத் தூக்கிவிட்டால் அஞ்சி நடுங்குகிறார்கள்.

மனவலிமை படைத்த ஞானிகள், அறிஞர்கள் யாரும் ஆயுதங்களைத் தொடுவதே கிடையாது.

மிகக் கொடிய நோய்களில் ஒன்று வாத நோய். கீழ்வாதம், முடக்கு வாதம், பக்க வாதம், விரை வாதம் என்று வாத நோய்களில் பலவகை உண்டு.

கால், கை, முகம் போன்றவை ஒரு பக்கமாக இழுத்துக் கொண்டு செயல்பட முடியாத நிலைதான் பக்கவாதம்.

என்றாலும் மருந்துகள் கொடுத்தும், முறையான பயிற்சிகள் அளித்தும் இந்த நோயைக் குணமாக்க முடியும்.

ஆனால் ‘பிடி’வாதம் என்பதை மட்டும் எந்த மருந்தாலும், எந்தப் பயிற்சியாலும் குணமாக்க முடியாது.

அதாவது உப்பு சப்பில்லாத விஷயமாக இருக்கும் விஷயத்தில் தாங்கள் கூறுவதுதான் சரியானது என்று சாதிப்பார்கள்.

மற்ற அனைவரும் அதைத் தவறு என்று சொன்னாலும் தங்கள் கருத்தை மாற்றிக் கொள்ளவே மாட்டார்கள்.

இது வீண்பிடிவாதம்.

கண்டிப்பாக மனிதர்களால் கைவிடக்கூடிய கெட்ட குணம் இது.

அப்படி இருந்தும் அதைக் கைவிட முடியாது என்று சிக்கெனப் பிடித்துக் கொண்டிருப்பார்கள் சிலர்.

அதுதான் வறட்டுப் பிடிவாதம்.

இந்த வறட்டுப் பிடிவாதத்தால் வாழ்க்கையை இழந்துள்ளனர். அரசன் முதல் ஆண்டி வரை இந்தக் கெட்டப் பண்பினை விட்டொழிக்க வேண்டும்.

ஏனென்றால் இந்த வறட்டுப் பிடிவாதம் அவரை மட்டுமல்லாமல் அவருடன் இருப்போரையும் சேர்த்து அழித்து விடும்.

பிறர் கூறும் நல்ல கருத்துக்களைக்கூட ஏற்க முடியாத நிலைக்குத் தள்ளிவிடும்

இந்தப் பாழாய்ப்போன வீண்பிடிவாதம். இதற்கு மாற்று மருந்தே கிடையாது.

எனவே அறிவைப் பயன்படுத்தி இந்தக் குணத்தை மாற்ற முயற்சித்தால் வாழ்வில் உயர்ந்த நிலையை அடைவதற்கான தடைக்கல்லை எளிதாகக் கடந்துவிட முடியும்.

வாதத்திற்கு மருந்துண்டு
பிடிவாதத்திற்கு மருந்துண்டா?

இது பழமொழி மட்டுமல்ல உண்மை மொழியும் ஆகும்.

உண்மையாகத் தூங்குபவரை எழுப்பிவிட முடியும். ஆனால் தூங்குவதைப்போல நடிப்பவரை எப்படி எழுப்ப முடியும். அவர் பிடிவாதமாக எழுந்திருக்கக்கூடாது என்றிருப்பார்.

இப்படித்தான் சிலர் நல்ல கருத்துக்களை யார் சொன்னாலும் காதில் வாங்கிக் கொள்வதே இல்லை. தாங்கள் நினைப்பதே சரி என்று உள்ளுக்குள் அழுத்தமான எண்ணத்தை அவர்கள் கொண்டிருப்பதே இதற்குக் காரணம்.

சிலருக்கு இது நல்ல கருத்து என்பது புரியும். ஆனாலும் அதை ஏற்றுக்கொள்ள மனம் மறுத்துவிடும். வேண்டுமென்றே வறட்டுப் பிடிவாதமாகத் தான் சொன்னதே சரியென்ற கருத்தில் உறுதியாகப் பற்றி நிற்பார்கள்.

இவர்கள் முதலையைப் போன்றவர்கள். நீரில் வாழும் உயிரினங்களில் அதிக வலிமை படைத்தது இது. இரையாக எந்தவொரு உயிரினத்தைக் கவ்விப் பிடித்துவிட்டாலும் அதை விடவே விடாது. கொன்றுவிடும்.

வறட்டுப் பிடிவாதம் உடையவர்களும் கிட்டத்தட்ட இந்த மாதிரியான முதலைகளுக்குச் சமமானவர்களாகக் கருதப்படுகின்றனர்.

வீண்பிடிவாதமும், வறட்டுப் பிடிவாதமும், முரட்டுப் பிடிவாதமும் வாழ்க்கையில் பல்வேறு துன்பங்களை வரவழைத்து விடும்.

ஒன்பது

அன்பும் கருணையும்

அன்பும் கருணையும் மட்டுமே ஒருவரின் மனவளத்தை முழுமையடையச் செய்யும்.

அன்பு என்பது ஈர்ப்பு. நேசித்தலின் வெளிப்பாடு. அனைத்து உயிர்களையும் தன் உயிரைப்போல நேசிப்பதுதான் அன்பின் அடிப்படை அம்சம்.

கவர்ந்து இழுத்தல், ஈர்த்துப் பிடித்தல் எல்லாம் இந்த அன்பின் உன்னதம்.

இதற்கு உதாரணமாக நாம் வாழும் இந்தப் பூமியைக் குறிப்பிடலாம்.

இந்தப் பூமி அற்புதமானது.

அதீத பாசம் உடையது.

அதன்மீது வளர்ந்து நிற்கிற அனைத்து உயிர்களையும், செடி கொடி

களையும், மலைகளையும், கடலையும் இன்னபிற அனைத்தையும் எத்தனை பாசத்துடன் ஈர்த்துப் பிடித்துக் கொண்டிருக்கிறது!

யோசித்துப் பாருங்கள்.

இந்தப் பூமியைத் தாய் என்றும், மாதா என்றும் அழைப்பதில் தவறு என்ன இருக்க முடியும்?

ஈன்ற தாயைப்போல இழுத்துப் பிடித்து அணைத்துக் கொண்டிருக்கும் இந்தப் பூமி அன்னைக்குச் சமம்தானே!

அப்படி என்றால் கருணை என்பது என்ன?

அன்பு பாசத்தை உமிழ்வது.

கருணை, அன்பிற்கும் மேலாக அனைத்தும் நலமாக இருக்க வேண்டி உதவி புரிவது.

அன்பும், கருணையும் பிரிக்க முடியாதவை.

இவ்விரண்டும் ஒன்றையொன்று சார்ந்திருப்பவை.

அன்பு இல்லை என்றால் கருணை இருப்பதற்கு வாய்ப்பே இல்லை.

அன்பைப் பொழிந்தால் கருணை தானாகவே பிறக்கும்.

ஒரு தாயானவள் தனது குழந்தையைப் பாசத்தோடு உச்சி முகர்ந்து மார்போடு சேர்த்து அணைத்துக் கொள்கிறாள்.

இது -

அன்பு!

பின்னர் அக்குழந்தைக்குப் பாலூட்டி ஆரோக்யமாக வளர்க்கிறாள் அந்தத் தாய்.

இது -

கருணை!

ஒரு மரத்தில் பூ பூக்கிறது. அந்தப் பூவைச் சிறிய காம்பு தாங்கிப் பிடித்துக் கொண்டிருக்கிறது. பின்னர் அந்தப் பூ பிஞ்சாக மாறுகிறது. பூவை விடவும் பிஞ்சு சற்று கனம் அதிகம் என்பதால் அந்த எடையைத் தாங்குகிற அளவிற்குக் காம்பும் பெரிதாகிக் கொள்கிறது. அந்தப் பிஞ்சு காயாக மாறும்போது காம்பும் அதைத் தாங்கிப் பிடிப்பதற்கு ஏற்றாற்போல் இன்னும் வலுவுடன் பெரியதாக மாறிக் கொள்கிறது.

இதுதான் ஒப்பற்ற அன்பு!

தாய்ப் பாசம்!

இவ்வாறு பூ, பிஞ்சாகவும், காயாகவும் மாறுவதற்குத் தேவையானது வளர்ச்சி. இந்த வளர்ச்சி வேண்டுமென்றால் அதற்குத் தேவை தீனி. மண்ணில் உள்ள இரசாயன ஊட்டச் சக்திகளையும், தண்ணீரையும் சிறுகச் சிறுக உறிஞ்சி ஆரோக்யத்தைப் பெற்றுக் கொள்கிறது அந்த மரம்.

இதுதான் கருணை!

கல்லுக்குள் தேரை இருப்பதை நாமறிவோம். இது எப்படி சாத்தியம் என்பதை நினைத்து வியந்து போயிருக்கிறோம். ஆனால் அதன் இயற்கை விந்தையைப் பற்றித் தெரிந்து கொண்டவர்கள் மிகச் சிலர் மட்டுமே.

பாறையின் மீதுள்ள தண்ணீரில் தவளை முட்டை இடுகிறது. பாறையில் கண்களுக்குப் புலனாகாத சிறிய துவாரங்களின் வழியே தண்ணீர் கசிந்து செல்லும்போது அந்த முட்டையும் வழுக்கிக் கொண்டு செல்கிறது. வசதியான ஓர் இடம் கிடைத்ததும் பாறைக்குள்ளேயே அந்த முட்டை தங்கிவிடுகிறது.

நாட்கள் செல்லச் செல்ல முட்டை வளர்ந்து, பெரிதாகி வெளியே வரமுடியாமல் அங்கேயே நின்று விடுகிறது. பாறையில்

இருக்கும் நுண்ணிய துவாரங்கள் மற்றும் பிளவுகள் வழியாக அது உயிர் வாழ்வதற்கான காற்று உள்ளே சென்று கொண்டிருக் கிறது.

அதாவது அந்தத் தவளை என்னும் உயிரினத்தைப் படைத்ததோடு நின்றுவிடாமல் அதனைப் பாதுகாப்பதற்கும் இயற்கை உதவி செய்கிறது.

இதுவே கருணை!

இதில் அன்பு எங்கே இருக்கிறது என்று யோசிக்கலாம்.

இருக்கிறது.

முட்டைக்குள் இருப்பது மஞ்சள் மற்றும் வெள்ளைக் கரு. மஞ்சள் கருவைச் சுற்றிலும் பாதுகாப்பாக இருப்பது வெள்ளைக் கரு.

மஞ்சள் கருதான் உயிர் சக்தி. அதுதான் குஞ்சாக, குட்டியாக மாறுகிறது. இந்த உயிர் சக்திக்கு உணவாக இருப்பதுதான் வெள்ளைக் கரு.

இவ்விரு கருவையும் பாதுகாப்பதற்குத்தான் இரசாயனக் கூட்டு சேர்த்து முட்டை ஓடு அமைந்துள்ளது. தானே உடைகிற மாதிரியாக அந்த ஓடு அமைந்துள்ளது இயற்கையின் அற்புதம்.

இதைத்தான் அன்பு என்கிறோம்.

ஆக அன்பும் கருணையும் ஒன்றோடொன்று பிணைந்தே இருக்கிறது.

இயற்கைதான் இந்த அற்புத தத்துவத்தை உயிர்களுக்குக் கற்றுத் தந்துள்ளது.

காகம் முட்டையிட்டுக் குஞ்சு பொறித்து அதனைக் கூட்டிற்குள் பாதுகாக் கிறது. அதன்மீது அன் பைப் பொழிகிறது.

அத்துடன் நின்றுவிடுகிறதா என்றால் இல்லவே இல்லை. அந்தக் குஞ்சுவிற்கும் பசிக்கும் என்பதைத் தெரிந்து கொண்டு இரையைக் கொண்டுவந்து அதற்கு ஊட்டுகிறது.

அன்பும் கருணையும் இப்படித்தான் உலகை ஆட்கொண்டிருக்கின்றன.

தனது மகனுக்கோ, மகளுக்கோ வயதாகியும் திருமணம் கைகூடி வரவில்லை என்றால், ‘இவனுக்கென்று எவளாவது இனிமேலா பிறக்கப் போகிறா? எங்கேயோ பிறந்துதான் இருப்பாள்” என்று சொல்வார்கள்.

மனிதர்களை உற்பத்தி செய்த கடவுள், அவருக்கேற்ற துணையையும் அப்போதே கவனமாக உற்பத்தி செய்துவிடுகிறான் என்றால் இதுதான் கருணை.

அன்பு என்பது ஒருவருக்கு எங்கிருந்து வருகிறது?

மனோதத்துவப் படிப்பின் மூலம் அன்பைப் பற்றியா மனிதன் தெரிந்து கொள்கிறான்?

புத்தகங்கள் வாசிப்பதன் வாயிலாகவா அன்பு என்றால் என்ன என்று தெரிந்து கொள்கிறான்?

திரைப்படங்களைப் பார்ப்பதில் இருந்தா அன்பைப் பற்றித் தெரிந்து கொள்கிறான்?

இல்லவே இல்லை.

பிறந்தது முதல் அவனது தாயிடம் இருந்துதான் முதலில் அன்பை அவன் கற்றுக் கொள்கிறான்.

பிறகு தந்தையிடம் இருந்து அதனைப் பெறுகிறான்.

அப்புறம் அவனது உறவுகளிடம் இருந்து அன்பைப் பற்றித் தெரிந்து கொள்கிறான்.

நண்பர்களிடம் இருந்து அன்பைப் புரிந்து கொள்கிறான்.

என்றாலும் இந்த சமூகத்திடம் அன்பாகப் பழக வேண்டும் என்பதை அவனுக்குச் சொல்லிக் கொடுப்பது யார்?

நிச்சயமாக அவனது பெற்றோர் மட்டுமே.

ஒரு குழந்தையிடம் பாசமாகவும், அன்பாகவும் இருப்பதுதான் அக்குழந்தையும் அன்பு என்னும் அரியவகை மந்திரத்தை உச்சரிக்கத் தூண்டுகோலாக அமைகிறது.

வழியில் பிச்சைக்காரன் மீது அன்பும் பரிவும் செலுத்தும் தந்தையைப் பார்த்து, மற்றவர்களிடம் அன்பாக இருக்க வேண்டும் என்ற அழியாச் செல்வத்தைப் பெற்றுக்கொள்கிறது குழந்தை.

இப்படி அன்பைச் செலுத்து, அப்படி அன்பைச் செலுத்து என்றெல்லாம் அறிவுரை வழங்குவதை விட்டுவிட்டு, அதனைச் செயல் மூலம் தாய் தந்தையர் செய்து காட்டுகிறபோது அது அந்தக் குழந்தையின் மனதில் ஆழமாகப் பதிந்துவிடுகிறது.

அன்பையும் பாசத்தையும் ஊட்டி பெற்றோர் வளர்ப்பதும், பேணிப் பாதுகாப்பதும், பேச்சுத் தொடர்பை வைத்துக் கொள்வதும், ஆழ்ந்த அக்கறை காண்பிப்பதும்தான் அவர்களின் பிள்ளைகளும் அதனைப் பற்றி உணர்ந்து கொள்ளச் செய்கிறது.

நிஜ அன்பு என்பது வெறும் மேலோட்டமான உணர்ச்சியைக் குறிப்பது கிடையாது. அதையும் தாண்டிய ஒன்று அது.

இதை அனைவரும் புரிந்து கொள்ள வேண்டும்.

சுயநலம் இல்லாமல் தன்னை உணரும் உணர்வே அன்பு என்பதாகும்.

நம்மிடம் எதையும் எதிர்பார்க்காமல் நம்மை இயக்கும் ஒன்றின்மீது பற்று வைப்பதற்குப் பெயர் அன்பு எனப்படுகிறது.

அதாவது, எதையும் எப்போதும் எதிர்பார்க்காமல் விரும்புவதற்குப் பெயர் அன்பு எனலாம்.

பாசத்திற்கும் அன்பிற்கும் நிறைய வேறுபாடுகள் உண்டு.

பாசம் என்பது மற்றவர்களிடம் இருந்து ஏதேனும் கிடைக்கும் என்ற எதிர்பார்ப்பு மற்றும் சுயநலம் காரணமாக ஏற்படுவது.

அவனால் தொடர்ந்து துன்பமோ, இடையூறோ ஏற்பட்டுக் கொண்டே இருந்தால் அவன் மீது வைத்திருந்த பாசம் மெல்ல மெல்ல விடைபெற்றுக் கொண்டு சென்றுவிடுகிறது. அப்போது அவன் மீது வைத்திருந்த பாசம் எரியும் மெழுகுவர்த்தியைப்போல கரைந்து காணாமல் போய்விடுகிறது.

ஆக, பாசத்தை அடிப்படையாகக் கொண்ட உறவுகள் நிச்சயம் பொய்யானதே.

ஆனால் அன்பு அப்படி கிடையாது. அது எந்தவிதமான எதிர்பார்ப்பும் இல்லாமல் ஏற்படுவது.

எனவே அன்பினால் தோன்றிய உறவு உண்மையானது.

அன்பினால் பிணைக்கப்பட்ட உறவு உன்னதமானது.

பாசம் சுயநலமிக்கது.

அன்பு சுயநலமற்றது.

பாசம் என்பது அன்பாக மாறினால் அதுதான் ஆரோக்ய மான உறவாக நீடிக்கும்.

இன்னும் சொல்லப்போனால் பாசம் என்பது தேங்கிக் கிடக்கும் தண்ணீரைப் போன்றது.

ஆனால் அன்பு என்பது அப்படிக் கிடையாது. அது ஒரு பிரவாகம்!

நதி பிரவாகம் எடுத்து ஓடினால் அங்கங்கே தேங்கிக் கிடக்கும் தண்ணீரும் அதனுடன் கலந்து நதியின் தன்மையைப் பெற்று விடுகிறது.

ஆக தேங்கிக் கிடக்கும் பாசம் என்னும் தண்ணீர் நதி என்னும் அன்போடு கலந்து ஐக்கியமாகிவிடும்.

பத்து

உயிரும் மனமும்

உயிரும் மனமும் இணைபிரியாதவை. உயிர் இருந்தால்தான் மனம் செயல்படும். உயிர் என்று இந்த உடலைவிட்டுப் பிரிந்து போகிறதோ அன்றே மனமும் மறைந்து போய்விடுகிறது.

உயிர் உடல் சார்ந்த இயக்கம்.

அப்படியானால் மனம்?

அது இந்த உடலில் எங்கே இருக்கிறது?

மூளையிலா?

இதயத்திலா?

அறிவியல் இன்னும் இதைப்பற்றி ஆராய்ச்சி செய்து கொண்டேதான் இருக்கிறது.

உயிர் உடலை இயக்கிக் கொண்டிருக்கிறது. உடல் திறன் இழக்கும்போது உயிர் பிரிந்து போகிறது.

அந்த உயிர் எங்கே சென்றது?

மதமும், அறிவியலும் இந்த உயிர் பிரிந்த பிறகு எங்கே செல்கிறது என்பதைப் பற்றி வெவ்வேறான கருத்தைக் கொண்டிருக்கின்றன. அது பற்றிய சர்ச்சை காலம்காலமாகத் தொடர்ந்து கொண்டேதான் இருக்கின்றன.

ஆனால் அதனோடு இணைந்து கிடந்த மனம் எங்கே சென்றது என்பதைப் பற்றி எந்த ஆய்வாளர்களும் ஆய்வு செய்வதில்லை.

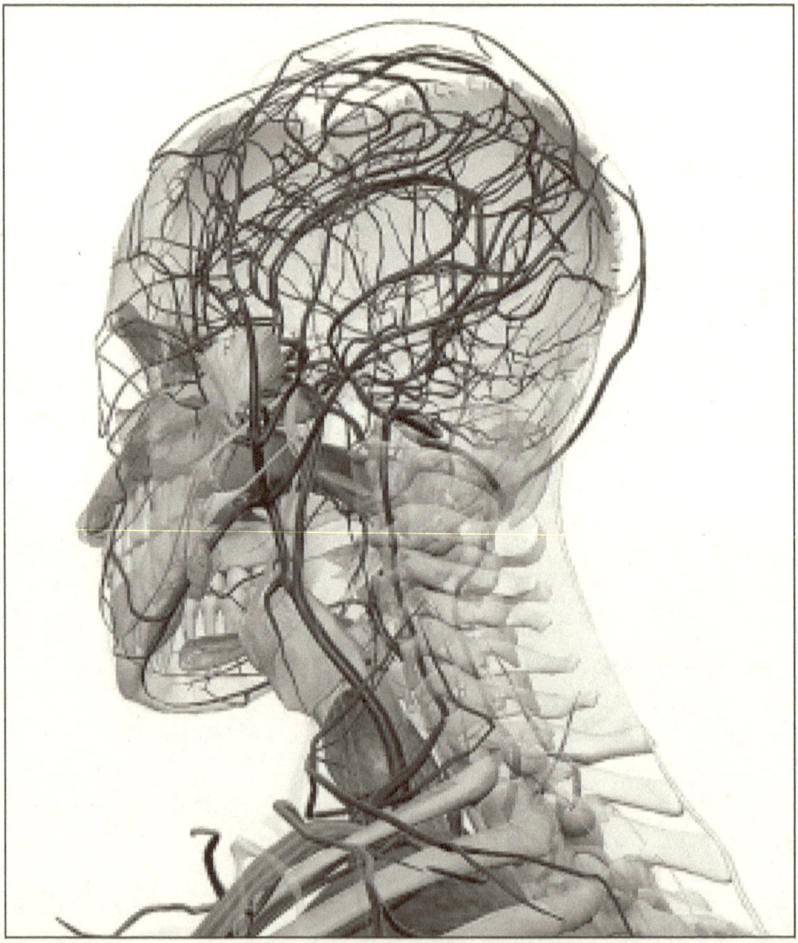

செய்யவும் முடிவதில்லை.

ஒரு குழந்தை புதிதாய்ப் பிறக்க அதற்கு பெற்றோர் உயிரைத் தருகின்றனர்.

அப்படியானால் மனம் எங்கிருந்து வந்தது?

இரண்டு நான்காகி, நான்கு எட்டாகி, எட்டு பதினாறாகி என்று மனித உயிர்கள் பன்மடங்காகி இருக்கின்றன. இனப்பெருக்கம்தான் இந்த வளர்ச்சிக்குக் காரணம்.

உயிரினம் பெருகியதைப்போல மனமும் எப்படிப் பெருகியது?

'மனம் ஒரு குரங்கு' என்பார்கள். அப்படியானால் அது குரங்கைப்போல மனிதனுக்கு மனிதன் தாவிக் கொண்டிருக்கிறதா?

உயிர் பிரிந்த பிறகு அது எங்கே செல்கிறதோ, அதே இடத்திற்கு மனமும் செல்கிறதா?

மனித உடம்பில் மூளை முக்கிய உறுப்பு. இதில் நியூட்ரான்களும், நரம்பணுக்களும் நிரம்பிக் கிடப்பதை விஞ்ஞானிகள் கண்டறிந்துள்ளனர்.

உடம்பில் அமைந்துள்ள மூளை மற்றும் இதயம் இரண்டும் மனிதனைச் சிந்திக்க வைக்கும் இரண்டு உறுப்புகள் என்று நம்பப்படுகிறது.

அப்படியானால் மனம் எங்கே இருக்கிறது?

அது எப்படிச் செயல்படுகிறது?

அதற்கென்று தோற்றம் ஏதும் உண்டா?

இப்படியெல்லாம் பல கேள்விகள் எழுகின்றன. ஆனால் இதற்கு அறிவியலால் பதில் சொல்ல முடியாது.

ஒரு மனிதனின் உடல் அழிந்து போகிறது. கூடவே அவனது மனமும் அழிந்து போகிறதா என்பதும் பெரிய கேள்விக்குறியே.

மனம் என்பது ஒரு தனிப்பட்ட உறுப்பு கிடையாது. அது மூளையை இயக்குகிறது. அதனை வழிநடத்துகிறது.

மனம் என்பதும், ஆன்மா என்பதும் ஒன்றாக இருக்கலாம். இல்லாமலும் இருக்கலாம்.

இதற்குத் தெளிவான விடை இல்லை.

சிலர் ஆன்மா வேறு, மனம் வேறு என்று வாதிடுகிறார்கள். வேறு சிலரோ இரண்டும் ஒன்றே என்று கூறுகிறார்கள்.

இப்படி என்ன மாதிரியான கருத்து மாறுபாடுகள் காணப்பட்டாலும் மூளையை இயக்குவது மனம் என்பதில் யாருக்கும் மாற்றுக் கருத்து இருக்க முடியாது.

'மூளைச் சாவு' ஏற்பட்டால் அதன்பின்னர் அந்த உயிர் நீடித்திருக்க வாய்ப்பே இல்லை. ஆக, மூளை மரித்துப் போகிற போது மனமும் தனது பணியை நிறுத்திக் கொள்கிறது என்றே பொருள்.

உயிர் என்பதும் உண்மை. அதனுடன் ஒட்டிக் கிடக்கும் மனம் என்பதும் உண்மை. இரண்டும் ஒன்றையொன்று சார்ந்தே இருக்கின்றன. உயிர் பிரிந்த பிறகு அந்த உடலில் இருந்து மனமும் பிரிந்து சென்றுவிடுகிறது.

உயிரற்ற உடலால் சிந்திக்க முடியாது. மூளையை மனத்தால் செயல்படுத்த முடியாது.

மனம் அதீத வல்லமை படைத்தது. அது ஆகாயத்தில் மேலே மேலே பறந்து செல்லும் அபூர்வ சக்தி படைத்தது. எங்கு வேண்டுமானாலும் பறந்து, நுழைந்து செல்லும்.

எனவே மனதை எப்போதும் விழிப்புடன் நாம் கவனித்துக் கொண்டே இருக்க வேண்டும். ஏனென்றால் நல்லது எது, கெட்டது எது என்பதைப் பற்றி அதற்குக் கவலை கிடையாது. அதிலும் நல்லதை விடவும் கெட்டதுமேல்தான் அதிக ஈர்ப்பு அதற்கு உண்டு.

தவறான பாதையைத் தேர்ந்தெடுத்து அது பயணிக்கும்போது எச்சரிக்கையாக இருக்க வேண்டும். மிகப் பெரிய தடைக்கல்லை அதற்கு முன்பாக வைத்து அதன் பயணத்தைத் தடுத்து நிறுத்த வேண்டும்.

எப்படித் தடைக்கல்லை வைப்பது?

அதற்கு ஒரே வழிதான் இருக்கிறது. அதாவது நல்ல எண்ணங்களை மட்டுமே மனதில் இயங்க விட்டுக் கொண்டிருக்க வேண்டும். அந்த இயக்கத்தை நொடிப் பொழுதுகூட நிறுத்திவிடக் கூடாது.

எப்போதாவது லேசாகக் கண்ணயர்ந்தால்கூட தவறான வழித்தடத்திற்குள் மனம் நுழைந்துவிடும் ஆபத்து உண்டு.

எந்தக் குழந்தையும் நல்ல குழந்தைதான்
மண்ணில் பிறக்கையிலே...

இந்தத் திரைப்படப் பாடலின் வரி சாதாரணமானது கிடையாது.

இது தத்துவ வரிகள்.

இந்த வரியில் அநேக அர்த்தங்கள் பொதிந்து கிடப்பதை நாம் புரிந்து கொள்ள வேண்டும்.

காலமும், வாழ்க்கைச் சூழலும்தான் ஒருவனை நல்லவனாகவும் கெட்டவனாகவும் மாற்றுகிறது.

எண்ணத்தை ஆராய்ச்சியில் வைத்திருப்பவன் அறிஞன் என்று போற்றப்படுகிறான்.

எண்ணத்தை தூய்மையாகவே வைத்திருப்பவன் மகான், ஞானி, துறவி, முனிவர் ஆகிறான்.

எண்ணம் என்பது மனத்தில் எப்படித் தோன்றுகிறது என்று எப்போதாவது யோசித்துப் பார்த்ததுண்டா?

இல்லையென்றால் இப்போதே அதைப்பற்றி யோசிக்க ஆரம்பியுங்கள்.

மனதை எப்போதும் உயர்ந்த சிந்தனைகளைப் பற்றியே நினைக்கிற மாதிரியாகப் பக்குவப்படுத்த வேண்டும்.

வீதியில் நடந்து போய்க் கொண்டிருக்கிறீர்கள். அங்கே ஒரு குடிகாரன் வழியில் போவோர் வருவோரை எல்லாம் வாய்க்கு வந்தபடி கன்னாபின்னாவென்று திட்டிக் கொண்டிருக்கிறான். அப்படித்தான் உங்களையும் திட்டுகிறான் என்று வைத்துக் கொள்ளுங்கள்.

அப்போது நீங்கள் என்ன செய்ய வேண்டும்? அவனோடு சண்டை போடலாமா? பதிலுக்குப் பதில் அவனை எதிர்த்துப் பேசுவதால் உங்களுக்கு என்ன ஆகப் போகிறது?

அசிங்கமான வார்த்தையால் அவன் உங்களைத் திட்டுகிறபோது பதிலுக்கு அவனைத் திட்ட வேண்டும் என்று உங்கள் மனம் துடிதுடிக்கும்.

அதற்காக உங்கள் மனம் சொல்வதை நீங்கள் அப்படியே கேட்க வேண்டும் என்பது கிடையாது.

அவன் குடிகாரன்.

ஆனால் நீங்கள் அப்படி கிடையாது. நீங்கள் தெளிவான மனிதனாக இருக்கிறீர்கள்.

குடிகாரனைப்போய் நீங்கள் என்ன பேசினாலும், அறிவுரை கூறினாலும் அதனால் ஒரு பயனும் கிடைக்கப்போவதில்லை. எனவே கண்டும் காணாததைப்போல அங்கிருந்து சென்று விடுவதுதான் புத்திசாலித்தனம்.

ஆக, உங்கள் மனம் தவறு செய்யத் தூண்டியபோது அதனை நீங்கள் ஏற்க மறுத்துவிட்டீர்கள்.

இதுதான் சரியானது.

அதேபோல நீங்கள் நடந்து சென்று கொண்டிருக்கும்போது வழியில் குடிகாரன் ஒருவன் போதை தலைக்கேறிய நிலையில் கீழே விழுந்து அடிபட்டு இரத்தம் சொட்டச் சொட்டக் கிடக்கிறார் என்று வைத்துக் கொள்வோம்.

அப்போது உங்கள் மனம், 'குடிகாரப் பயல்' என்று எரிச்சலுடன் உங்களை எச்சரிக்கும். அவனுக்கு எந்த உதவியும் செய்ய வேண்டாம் என்று அறிவுறுத்தும்.

ஆனால் இப்போது நீங்கள் உங்கள் மனதின் யோசனையை அலட்சியப்படுத்த வேண்டும். போதையில் கிடந்தாலும் அவனும் மனிதன்தான். நாளை அவனும் திருந்தி நல்லவனாக மாறலாம். அப்படி மாற வேண்டுமென்றால் அவன் உயிருடன் இருக்க வேண்டும்.

எனவே அவனுக்கு அத்தகைய சூழலில் உதவி செய்வது எந்த விதத்திலும் தவறாக இருக்க முடியாது.

ஆக, மனம் என்பது நல்லது, கெட்டது போன்றவற்றிற்கான வேறுபாட்டை அறியாது.

அது ஒரு எண்ணத்தின் எழுச்சி.

நிறைய எண்ணங்களை உருவாக்கிக் கொண்டே இருக்கும்.

அந்த எண்ணத்தில் எது நல்லது, எது கெட்டது, எது உகந்தது, எது தவிர்க்கப்பட வேண்டியது என்பதை உங்கள் மூளையைப் பயன்படுத்தி சிந்தித்து செயல்பட வேண்டும்.

உங்கள் அறிவார்ந்த சிந்தனை மற்றும் இதயத்தின் ஆழத்தில் உற்பத்தியாகும் ஈவிரக்கம் போன்றவற்றைச் சார்ந்தே உங்கள் மனதின் தரமும், மேன்மையும் அமைகின்றன.

எண்ணத்தை உயர்வானதாக அமைத்துக் கொள்ள வேண்டும் அது நிறைந்த தன்மை உடையதாகவும், அன்பானதாகவும் அமைத்துக் கொள்ள வேண்டும்.

எண்ணங்கள் தூய்மையானதாக இருக்கும்பட்சத்தில் உங்கள் உடல் முழுவதும் இனிய அதிர்வலைகள் ஏற்படும். உடம்பில் புது மெருகு கிடைக்கப் பெறும்.

ஒருவரை நீங்கள் உளமாரப் பாராட்டும்போது உங்களை அறியாமலேயே நீங்களும் பிறரால் பாராட்டப்படுவீர்கள்.

ஒருவரை நீங்கள் வாழ்த்தும்போது உங்களை அறியாமலேயே நீங்களும் வாழ்த்தப்படுவீர்கள்.

அதேபோல ஒருவருக்கு நீங்கள் தீங்கு நினைத்துச் சபிக்கும்போது உங்களை அறியாமலேயே நீங்கள் சாபத்திற்கு ஆளாகிவிடுகிறீர்கள்.

ஒருவருக்குக் கெடுதல் செய்கிறபோது உங்களை அறியாமல் உங்களுக்கு ஏதோ ஒரு கெடுதலை வரவழைத்துக் கொள்கிறீர்கள்.

இவ்வாறான தீமை விதை உங்களிடம் விதைக்கப்படுவதோடு மற்றவர்களுக்கும் பரவிவிடுகிறது. அதாவது விளை நிலத்தில் முளைக்கும் களைகள்போல.

நீங்கள் கோபப்படுகிறீர்கள்.

எதற்காகக் கோபம் வருகிறது?

உங்களுக்குப் பிடிக்காத ஏதோ ஒன்றை மற்றவர்கள் செய்யும்போது கோபம் வருகிறது.

அந்தக் கோபம் சரியானதாக உங்களுக்குத் தோன்றினாலும் அதனால் மற்றவர்களைவிட உங்களுக்குத்தான் பாதிப்பு அதிகம் என்பது எத்தனை பேருக்குத் தெரியும்?

கோபம் முதலில் உங்கள் உடலுக்கும், மனதுக்கும் பாதிப்பை ஏற்படுத்திய பிறகே மற்றவரைச் சென்று தாக்குகிறது என்பதே நிஜம்.

இன்னொரு முறை கோபப்படும்போது இதை நினைவில் வைத்துப் பாருங்கள். உண்மை புரியும்.

'கோபத்தோடு எழுந்தவன் நஷ்டத்தோடு அமருவான்' என்பது பழமொழி.

இது மிக உண்மையான மொழியும்கூட.

பிறருக்கு வலிக்க வேண்டும் என்று நமக்கு வருகிற கோபம் ஏதோ ஒரு வகையில் அது நமக்குத்தான் வலியை ஏற்படுத்துகிறது.

தீய எண்ணத்திற்கு ஒருபோதும் உங்கள் மனதில் துளி அளவும் இடம் அளிக்க வேண்டாம். அது முதலில் உங்களை அழித்து, பிறகுதான் மற்றவர்களை அழிக்கும்.

எனவே மனம் எப்போதும் நல்ல எண்ணத்திற்கு மட்டுமே இடம் கொடுக்க வேண்டும்.

நல்லவை எங்கே கிடைத்தாலும் அதை உடனடியாக வாங்கிப் பத்திரப்படுத்திக் கொள்ளுங்கள்.

நல்ல எண்ணங்களைத் தேடித்தேடிக் கண்டுபிடியுங்கள்.

நல்ல எண்ணங்களை நீங்கள் செல்லும் இடங்களில் எல்லாம் விதையுங்கள்.

எங்கும் நல்லவையே பரவட்டும்.

எங்கும் நல்லவர்களே உருவாகட்டும்.

எங்கும் நன்மையே செழிக்கட்டும்.

எண்ணம்தான் அனைத்தும்.

எண்ணத்துக்கு அப்பால் எதுவுமே இல்லை.

எண்ணமே உயர்வானது. அதுவே உன்னதமானது. அதுவே பலமானது.

அப்படிப்பட்ட எண்ணத்தை, எண்ணம் உருவாக்கப்படும் மனதை எப்போதும் உயர்வான இடத்திலேயே வைத்திருங்கள்.

மனதின் உயர்வு உங்களின் உயர்வு.

மனதின் தாழ்வு உங்களின் தாழ்வு.

யார் மீதும் குறைசொல்லிப் பயனில்லை உங்கள் உள்ளத்தை வளமாக்கிக் கொள்ளுங்கள். உயரிய சிந்தனைக் கருத்துக்களால் உங்கள் மனதை நிரப்பிக் கொள்ளுங்கள்.

மனம் எல்லோருக்கும் பொதுவானது. ஆனால் அதைப் பயன்படுத்துவதில்தான் வேறுபாடு இருக்கிறது.

ஓர் ஊருக்குச் செல்லும்போது வழியில் மலை ஒன்று குறுக்கிட்டது. அந்த மலை இல்லாமல் இருந்தால் இரண்டு கிலோ மீட்டர் பயணித்து அந்த ஊரை அடைந்துவிட முடியும்.

ஆனால் மலையைச் சுற்றிச் சென்றால் பதினைந்து கிலோ மீட்டர் பயணிக்க வேண்டும்.

இதைப் பார்த்த முட்டாள் மனம் என்ன நினைத்தது தெரியுமா?

இந்த மலையைப் பெயர்த்துவிட்டால் இரண்டு கிலோ மீட்டரில் ஊரை அடைந்துவிட முடியும்.

பயணம் எளிதாக இருக்கும்.

ஆனால் மலையைப் பெயர்ப்பது எப்படி?

வெறும் உளியைக் கொண்டு பெயர்த்தாலும் அதற்குப் பல நாட்கள் உழைக்க வேண்டும்.

அப்படியானால் என்னதான் செய்வது?

மலையைச் சுற்றிக் கொண்டு அந்த ஊரை அடைய வேண்டியதைத் தவிர வேறு வழி அவனுக்குத் தெரியவில்லை.

அதே நேரத்தில் அங்கு வந்த விஞ்ஞானி ஒருவரின் மனம் வேறு விதமாக சிந்தித்தது.

அணு ஆற்றலைப் பயன்படுத்தி அந்த மலையைத் துளைத்து, பாதை அமைத்துவிட்டால் ஊரை அடைவது எளிது என்ற யோசனை அவருக்கு ஏற்பட்டது.

ஆக, எது நடைமுறை சாத்தியம் என்று யோசிக்காமல்,

சாத்தியமற்ற ஒன்றைப் பற்றி முட்டாளின் மனம் எண்ணுகிறது. ஆனால் விஞ்ஞானியின் மனமோ நடைமுறை சாத்தியத்தைப் பற்றிய யோசனையை அசைபோடுகிறது.

மலையை உடைப்பது முடியாத ஒன்றல்ல. ஆனால் அதற்கு உழைப்பு நிறைய கொடுக்க வேண்டும்.

மலையில் சுரங்கப் பாதை அமைப்பதும் முடியக்கூடிய ஒன்றுதான். ஆனால் அதற்கு மூளையைப் பயன்படுத்த வேண்டும்.

மனதை நடைமுறை சாத்தியமுள்ள சிந்தனையை உருவாக்கும் விதமாக மாற்றுவதில்தான் வெற்றி எளிதாகிறது.

மனதில் எதிர்மறை எண்ணங்களை எப்போதும் வைத்துக் கொள்ளக்கூடாது. முடியும் என்ற நேர்மறை எண்ணத்தை வளர்த்துக் கொள்ள வேண்டும்.

எதிர்மறை எண்ணங்கள் என்பது அனைவருக்கும் ஏற்படும் ஒரு அபாயம்தான். ஆனால் அதைக் களைவதில்தான் ஒருவரின் வெற்றி உறுதியாகிறது.

மனம் என்பதை ஒரு நிலமாக நினைத்துக் கொண்டால் அதனை நன்கு உழுதால் மட்டுமே அதில் பயிர் செழித்து வளரும். ஆனால் அந்தப் பயிருடன் சேர்ந்து களைகளும் வளரத்தான் செய்யும்.

களைகளை அழித்திட மருந்தடிக்க வேண்டும். ஆனால் மருந்தடிப்பதால் களைகள் நீங்கும். ஆனால் களைகளின் வேர்ப்பகுதி அழிந்து போகுமா என்றால் நிச்சயமாகக் கிடையாது.

அப்படியானால் அதற்கு என்ன செய்ய வேண்டும்?

அதன் வேர்ப் பகுதிகளையும் கண்டறிந்து அவற்றையும் அழிக்க வேண்டும். அப்போதுதான் பயிர் பாதுகாப்பாக இருக்கும்.

அப்படித்தான் நமது மனமும்.

அதிலும் களை என்னும் எதிர்மறை எண்ணங்கள் என்கிற அழுக்குகள் வளரத்தான் செய்யும். அவற்றைப் போக்கிட வேண்டும்.

அவற்றை மட்டுமே நீக்கினால் மட்டும் போதாது. அவற்றின் வேர்ப்பகுதி அழுந்திக் கிடக்கும் உள் மன அழுக்குகளையும் அழித்தொழிக்க வேண்டும்.

ஒரு மூங்கில் காடு. அதன்வழியே நடந்து சென்றார் முனிவர் ஒருவர்.

அப்போது உயரமான மூங்கில்கள் காற்றின் வேகத்தில் அசைந்தாடி ஒன்றோடொன்று உரசி திடீரென்று தீப்பிடித்துக் கொண்டது. சற்று நேரத்தில் அந்த நெருப்பு மளமளவெனப் பரவி அந்தக் காட்டில் சதிராட்டம் ஆடி முற்றிலுமாக அழித்தொழித்து விட்டது.

இப்போது பசுமையாகத் தெரிந்த காடு கருகிய சாம்பலாக மாறிப் போனது.

இதனைப் பார்த்த முனிவர் கண்ணீர் வடித்தார். அவரால் வேறென்ன செய்ய முடியும்?

சில நாட்கள் கழித்து மீண்டும் அவர் அந்தக் கானகத்தின் வழியாக ஊர் திரும்பினார். அவருக்கு ஆச்சரியமாக இருந்தது. கருகிய சுவடே தெரியாமல் மீண்டும் அந்தக் காடு பசுமையாகக் காட்சியளித்தது.

மூங்கில்கள் வளரத் தொடங்கி இருந்தன. பசும்புற்கள் எங்கும் பரவிக் கிடந்தன.

இந்த அதிசயம் எப்படி நிகழ்ந்தது?

இந்தக் காட்டை கோர நெருப்பு பொசுக்கினாலும், நிலத்தின் அடியில் புதைந்து கிடந்த மரங்களின் வேர்களை அதனால் ஒன்றும் செய்யவே முடியவில்லை.

காலம் மாறி மழை பொழிந்ததும் மீண்டும் மரங்கள் தளிர்க்க ஆரம்பித்து விட்டன. பச்சைப் பசேல் என்று மீண்டும் காட்சியளிக்கத் தொடங்கியது.

வெளி மன அழுக்குகளை மட்டும் நாம் நெருப்பைப்போல பொசுக்கிவிட்டு, மனம் வளமாகிவிட்டது என்றும், தூய்மையாகி விட்டது என்றும் தப்புக் கணக்குப் போட்டுவிடக்கூடாது.

உள் மனத்தில் ஆழப்பதிந்து கிடக்கும் அழுக்கு வெளி மனதை மீண்டும் ஆட்டுவிக்கும்.

எனவே மனதின் அடி ஆழத்தில் புதைந்து கிடக்கும் எதிர் மறை எண்ணங்கள் என்னும் கொடிய அழுக்கையும் நீங்கள் அகற்றினால் மட்டுமே உங்கள் மனம் வளமாகும்.

எதிர்மறை சொற்கள் என்னும் தீமை தரும் விஷயங்களை நினைப்பதும் தவறு.

அதைப்பற்றிப் பேசுவதும் தவறு.

அதைக் கேட்பதும் தவறு.

அதைப் பார்ப்பதும் தவறு.

அண்ணல் காந்தியடிகளின் மூன்று குரங்கு பொம்மைகளும் உணர்த்தும் உயரிய அரும்பெரும் தத்துவம் இது.

ஒரு குழந்தை வளர்ந்து பெரியவனாகும் வரை ஒரு லட்சத்து 60 ஆயிரம் எதிர்மறை வாசகங்களைக் கேட்பதாக ஆய்வு ஒன்று தெரிவிக்கிறது.

அவை என்ன எதிர்மறை வாசகங்கள்?

'உனக்கு நல்ல புத்தி கிடையாது'

'நீ ஒரு வடிகட்டின முட்டாள்'

'ஒருபோதும் நீ உருப்படவே மாட்டாய்'

'உனக்கு படிப்பே வராது'

'நீ தண்டச்சோறு'

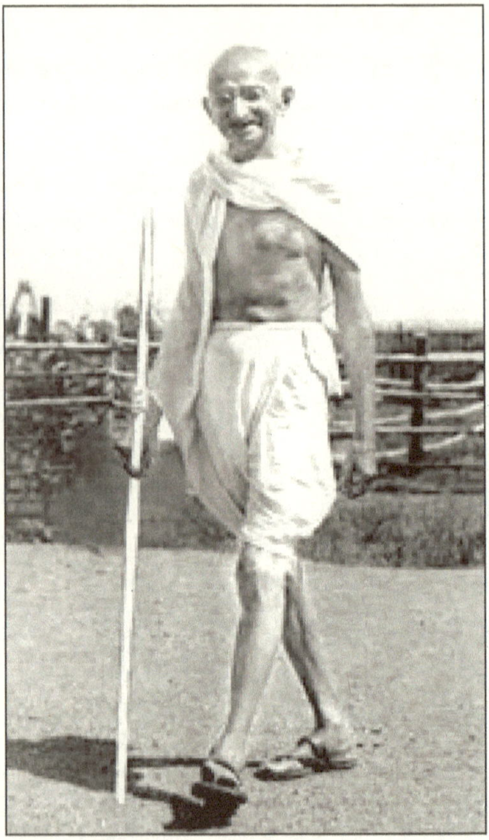

'நீ ஒரு கோழை'

'நீ மாடு மேய்க்கத் தான் லாயக்கு'

இப்படித்தான் குழந்தைகளின் மனதைப் பெரியவர்களாகிய நாம் குப்பையாக மாற்றுகிறோம்.

இதுபோன்ற ஏச்சு பேச்சுக்களால் அந்தக் குழந்தையின் மனம் 'எதற்குமே லாயக்கில்லாத நான் எதற்காக வாழ வேண்டும்?' என்று நினைக்க ஆரம்பிக்கிறது.

இதுதான் எதிர்மறை எண்ணம்.

இவ்வாறு இல்லாமல் அந்தக் குழந்தையைப் பாராட்டுகிற விதமாக நாம் வார்த்தைகளை உமிழ்ந்தால் அது எத்தனை பயனுள்ளதாக இருக்கும் என்பதை நம்மில் பலரும் உணர்வதே கிடையாது.

'நீ நல்ல திறமைசாலி'

'உன்னிடம் அசாத்திய அறிவு இருக்கிறது'

'நீ நினைத்தால் எவ்வளவோ சாதிக்க முடியும்'

'நீ பலசாலி'

'நீ புத்திசாலி'

'உன்னால் செய்ய முடியாது என்று எதுவுமே இல்லை'

'ஆழமாக எதையும் சிந்தித்து செயல்படும் திறமை உள்ளவன் நீ

இதுபோன்ற வார்த்தைகளைக் குழந்தைகளிடம் வெளிப்படுத்தினால் அக்குழந்தையின் மனம் சிறந்த நம்பிக்கையைப் பெறுகிறது.

'மிகப் பெரிய சாதனையாளனாக என்னால் வர முடியும்' என்ற தன்னம்பிக்கை வளருகிறது.

இதுவே நேர்மறை எண்ணத்தைத் தோற்றுவிக்கிறது.

குழந்தைப் பருவத்திலேயே ஒருவரின் மனத்தை வளமடையச் செய்ய முடியும் என்பதைப் புரிந்து அதற்கேற்றாற்போல் நடந்து கொண்டாலே போதும்.

மனம் வளம் பெறும்.

●

தியானத்திற்கு முன்பு

தியானத்திற்கு பின்பு

www.ingramcontent.com/pod-product-compliance
Lightning Source LLC
LaVergne TN
LVHW040442051026
849517LV00002B/710